卞尺丹几乙し丹卞と
Translated Language Learning

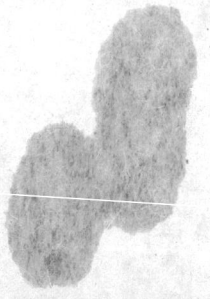

Siddhartha

An Indian Poem
Indverskt ljóð

Hermann Hesse

English / Íslenska

Copyright © 2024 Tranzlaty
All rights reserved
Published by Tranzlaty
Siddhartha – Eine Indische Dichtung
ISBN: 978-1-83566-686-9
Original text by Hermann Hesse
First published in German in 1922
www.tranzlaty.com

The Son of the Brahman
Sonur Brahmansins

In the shade of the house
Í skugga hússins
in the sunshine of the riverbank
í sólskininu á árbakkanum
near the boats
nálægt bátunum
in the shade of the Sal-wood forest
í skugga Sal-viðarskógarins
in the shade of the fig tree
í skugga fíkjutrésins
this is where Siddhartha grew up
þetta er þar sem Siddhartha ólst upp
he was the handsome son of a Brahman, the young falcon
hann var myndarlegur sonur Brahmans, fálkans unga
he grew up with his friend Govinda
hann ólst upp hjá vini sínum Govinda
Govinda was also the son of a Brahman
Govinda var einnig sonur Brahmans
by the banks of the river the sun tanned his light shoulders
við árbakka sólin sútaði ljósar herðar hans
bathing, performing the sacred ablutions, making sacred offerings
baða sig, framkvæma helgar þvott, færa helgar fórnir
In the mango garden, shade poured into his black eyes
Í mangógarðinum helltist skugga í svörtu augun hans
when playing as a boy, when his mother sang
þegar hann spilaði sem strákur, þegar mamma hans söng
when the sacred offerings were made
þegar hinar helgu fórnir voru færðar
when his father, the scholar, taught him
þegar faðir hans, fræðimaðurinn, kenndi honum
when the wise men talked
þegar vitringarnir töluðu

For a long time, Siddhartha had been partaking in the discussions of the wise men
Í langan tíma hafði Siddhartha tekið þátt í umræðum vitringanna
he practiced debating with Govinda
hann æfði sig í rökræðum við Govinda
he practiced the art of reflection with Govinda
hann iðkaði íhugunarlistina með Govinda
and he practiced meditation
og hann stundaði hugleiðslu
He already knew how to speak the Om silently
Hann vissi þegar hvernig á að tala um hljóðlaust
he knew the word of words
hann kunni orð orðanna
he spoke it silently into himself while inhaling
hann talaði það hljóðlega inn í sjálfan sig á meðan hann andaði að sér
he spoke it silently out of himself while exhaling
hann talaði það hljóðlega út úr sér á meðan hann andaði frá sér
he did this with all the concentration of his soul
hann gerði þetta af allri einbeitingu sálar sinnar
his forehead was surrounded by the glow of the clear-thinking spirit
enni hans var umlukið ljóma hins skýr-hugsandi anda
He already knew how to feel Atman in the depths of his being
Hann vissi nú þegar hvernig hann átti að finna fyrir Atman í djúpum veru sinnar
he could feel the indestructible
hann fann hið óslítanlega
he knew what it was to be at one with the universe
hann vissi hvað það var að vera einn með alheiminum
Joy leapt in his father's heart
Gleðin hljóp í hjarta föður hans
because his son was quick to learn

því sonur hans var fljótur að læra
he was thirsty for knowledge
hann var fróðleiksþyrstur
his father could see him growing up to become a great wise man
Faðir hans gat séð hann vaxa úr grasi og verða mikill vitur maður
he could see him becoming a priest
hann gat séð hann verða prestur
he could see him becoming a prince among the Brahmans
hann gat séð hann verða prins meðal Brahmana
Bliss leapt in his mother's breast when she saw him walking
Bliss stökk í brjóst móður sinnar þegar hún sá hann ganga
Bliss leapt in her heart when she saw him sit down and get up
Bliss hljóp í hjarta hennar þegar hún sá hann setjast niður og standa upp
Siddhartha was strong and handsome
Siddhartha var sterkur og myndarlegur
he, who was walking on slender legs
hann, sem gekk á mjóum fótum
he greeted her with perfect respect
hann heilsaði henni með fullkominni virðingu
Love touched the hearts of the Brahmans' young daughters
Ástin snerti hjörtu ungra dætra Brahmananna
they were charmed when Siddhartha walked through the lanes of the town
Þeir voru heillaðir þegar Siddhartha gekk um brautir bæjarins
his luminous forehead, his eyes of a king, his slim hips
lýsandi enni hans, kóngsaugu, grannar mjaðmir
But most of all he was loved by Govinda
En mest af öllu var hann elskaður af Govinda
Govinda, his friend, the son of a Brahman
Govinda, vinur hans, sonur Brahmans
He loved Siddhartha's eye and sweet voice
Hann elskaði auga Siddhartha og ljúfa rödd

he loved the way he walked
hann elskaði hvernig hann gekk
and he loved the perfect decency of his movements
og hann elskaði hið fullkomna velsæmi í hreyfingum sínum
he loved everything Siddhartha did and said
hann elskaði allt sem Siddhartha gerði og sagði
but what he loved most was his spirit
en það sem hann elskaði mest var andi hans
he loved his transcendent, fiery thoughts
hann elskaði hinar yfirgengilegu, eldheitu hugsanir sínar
he loved his ardent will and high calling
hann elskaði sinn brennandi vilja og háa köllun
Govinda knew he would not become a common Brahman
Govinda vissi að hann myndi ekki verða almennur Brahman
no, he would not become a lazy official
nei, hann yrði ekki latur embættismaður
no, he would not become a greedy merchant
nei, hann yrði ekki gráðugur kaupmaður
not a vain, vacuous speaker
ekki hégómlegur, tómur ræðumaður
nor a mean, deceitful priest
né vondur, svikull prestur
and he also would not become a decent, stupid sheep
og hann myndi heldur ekki verða almennilegur, heimskur kindur
a sheep in the herd of the many
kind í hjörð hinna mörgu
and he did not want to become one of those things
og hann vildi ekki verða einn af þeim hlutum
he did not want to be one of those tens of thousands of Brahmans
hann vildi ekki vera einn af þessum tugþúsundum Brahmana
He wanted to follow Siddhartha; the beloved, the splendid
Hann vildi fylgja Siddhartha; ástvinurinn, hinn glæsilegi
in days to come, when Siddhartha would become a god, he would be there

á komandi dögum, þegar Siddhartha myndi verða guð, myndi hann vera þar
when he would join the glorious, he would be there
þegar hann myndi ganga til liðs við hina dýrðlegu, þá væri hann þar
Govinda wanted to follow him as his friend
Govinda vildi fylgja honum sem vinur hans
he was his companion and his servant
hann var förunautur hans og þjónn hans
he was his spear-carrier and his shadow
hann var spjótberi hans og skuggi
Siddhartha was loved by everyone
Siddhartha var elskaður af öllum
He was a source of joy for everybody
Hann var gleðigjafi fyrir alla
he was a delight for them all
hann var þeim öllum til yndisauka
But he, Siddhartha, was not a source of joy for himself
En hann, Siddhartha, var ekki uppspretta gleði fyrir sjálfan sig
he found no delight in himself
hann fann enga yndi í sjálfum sér
he walked the rosy paths of the fig tree garden
hann gekk rósóttar slóðir fíkjutrésins
he sat in the bluish shade in the garden of contemplation
hann sat í bláleitum skugga í garði íhugunar
he washed his limbs daily in the bath of repentance
hann þvoði útlimi sína daglega í baði iðrunar
he made sacrifices in the dim shade of the mango forest
hann færði fórnir í dimmum skugga mangóskógarins
his gestures were of perfect decency
Bending hans var fullkomin velsæmi
he was everyone's love and joy
hann var hvers manns hugljúfi og yndi
but he still lacked all joy in his heart
en hann skorti samt alla gleði í hjarta sínu
Dreams and restless thoughts came into his mind

Draumar og eirðarlausar hugsanir komu upp í huga hans
his dreams flowed from the water of the river
draumar hans runnu úr árinni
his dreams sparked from the stars of the night
draumar hans kviknuðu af stjörnum næturinnar
his dreams melted from the beams of the sun
draumar hans bráðnuðu af sólargeislum
dreams came to him, and a restlessness of the soul came to him
draumar komu að honum, og sálarleysi kom til hans
his soul was fuming from the sacrifices
sál hans var iðandi af fórnunum
he breathed forth from the verses of the Rig-Veda
hann andaði fram úr vísum Rig-Veda
the verses were infused into him, drop by drop
vísurnar voru settar inn í hann, dropa fyrir dropa
the verses from the teachings of the old Brahmans
vísurnar úr kenningum gömlu Brahmananna
Siddhartha had started to nurse discontent in himself
Siddhartha var farinn að hjúkra óánægju með sjálfum sér
he had started to feel doubt about the love of his father
hann var farinn að efast um ást föður síns
he doubted the love of his mother
hann efaðist um ást móður sinnar
and he doubted the love of his friend, Govinda
og hann efaðist um ást vinar síns, Govinda
he doubted if their love could bring him joy forever and ever
hann efaðist um hvort ást þeirra gæti veitt honum gleði að eilífu
their love could not nurse him
ást þeirra gat ekki hjúkrað honum
their love could not feed him
ást þeirra gat ekki fætt hann
their love could not satisfy him
ást þeirra gat ekki fullnægt honum

he had started to suspect his father's teachings
hann var farinn að gruna kenningar föður síns
perhaps he had shown him everything he knew
kannski hafði hann sýnt honum allt sem hann vissi
there were his other teachers, the wise Brahmans
þar voru aðrir kennarar hans, vitrir Brahmanar
perhaps they had already revealed to him the best of their wisdom
ef til vill höfðu þeir þegar opinberað honum bestu visku sína
he feared that they had already filled his expecting vessel
hann óttaðist að þeir hefðu þegar fyllt væntanlegt ker hans
despite the richness of their teachings, the vessel was not full
þrátt fyrir ríkulegar kenningar þeirra var kerið ekki fullt
the spirit was not content
andinn var ekki sáttur
the soul was not calm
sálin var ekki róleg
the heart was not satisfied
hjartað var ekki sátt
the ablutions were good, but they were water
þvottarnir voru góðir, en þeir voru vatn
the ablutions did not wash off the sin
þvottarnir þvoðu ekki syndina af sér
they did not heal the spirit's thirst
þeir læknuðu ekki þorsta andans
they did not relieve the fear in his heart
þeir léttu ekki óttann í hjarta hans
The sacrifices and the invocation of the gods were excellent
Fórnirnar og ákall guðanna voru frábærar
but was that all there was?
en var það allt sem var til?
did the sacrifices give a happy fortune?
gáfu fórnirnar hamingjusama auð?
and what about the gods?
og hvað með guðina?

Was it really Prajapati who had created the world?
Var það virkilega Prajapati sem hafði skapað heiminn?
Was it not the Atman who had created the world?
Var það ekki Atman sem hafði skapað heiminn?
Atman, the only one, the singular one
Atman, sá eini, sá eintali
Were the gods not creations?
Voru guðirnir ekki sköpunarverk?
were they not created like me and you?
voru þeir ekki skapaðir eins og ég og þú?
were the Gods not subject to time?
voru guðirnir ekki háðir tímanum?
were the Gods mortal? Was it good?
voru guðirnir dauðlegir? Var það gott?
was it right? was it meaningful?
var það rétt? var það þýðingarmikið?
was it the highest occupation to make offerings to the gods?
var það æðsta starfið að færa guðunum fórnir?
For whom else were offerings to be made?
Fyrir hverja aðra átti að færa fórnir?
who else was to be worshipped?
hvern annar átti að dýrka?
who else was there, but Him?
hver annar var þar nema hann?
The only one, the Atman
Sá eini, Atman
And where was Atman to be found?
Og hvar var Atman að finna?
where did He reside?
hvar bjó hann?
where did His eternal heart beat?
hvar sló hans eilífa hjarta?
where else but in one's own self?
hvar annars staðar en í eigin sjálfum?
in its innermost indestructible part
í sínum innsta óslítandi hluta

could he be that which everyone had in himself?
gæti hann verið það sem allir höfðu í sér?
But where was this self?
En hvar var þetta sjálf?
where was this innermost part?
hvar var þessi innsti hluti?
where was this ultimate part?
hvar var þessi æðsti hluti?
It was not flesh and bone
Þetta var ekki hold og bein
it was neither thought nor consciousness
það var hvorki hugsun né meðvitund
this is what the wisest ones taught
þetta kenndu hinir vitristu
So where was it?
Svo hvar var það?
the self, myself, the Atman
sjálfið, ég sjálfur, Atman
To reach this place, there was another way
Til að ná þessum stað var önnur leið
was this other way worth looking for?
var þessi önnur leið þess virði að leita að?
Alas, nobody showed him this way
Því miður, enginn sýndi honum svona
nobody knew this other way
enginn vissi þetta öðruvísi
his father did not know it
faðir hans vissi það ekki
and the teachers and wise men did not know it
og kennararnir og spekingarnir vissu það ekki
They knew everything, the Brahmans
Þeir vissu allt, Brahmanarnir
and their holy books knew everything
og helgar bækur þeirra vissu allt
they had taken care of everything
þeir höfðu séð um allt

they took care of the creation of the world
þeir sáu um sköpun heimsins
they described origin of speech, food, inhaling, exhaling
þeir lýstu uppruna talsins, mat, innöndun, útöndun
they described the arrangement of the senses
þeir lýstu fyrirkomulagi skynfæranna
they described the acts of the gods
þeir lýstu athöfnum guðanna
their books knew infinitely much
bækur þeirra vissu óendanlega mikið
but was it valuable to know all of this?
en var það dýrmætt að vita þetta allt?
was there not only one thing to be known?
var ekki bara eitt að vita?
was there still not the most important thing to know?
var samt ekki það mikilvægasta að vita?
many verses of the holy books spoke of this innermost, ultimate thing
margar vísur heilagra bóka töluðu um þennan innsta, fullkomna hlut
it was spoken of particularly in the Upanishades of Samaveda
það var sérstaklega talað um það í Upanishades í Samaveda
they were wonderful verses
þær voru dásamlegar vísur
"Your soul is the whole world", this was written there
"Sál þín er allur heimurinn", þetta var skrifað þar
and it was written that man in deep sleep would meet with his innermost part
og það var ritað að maðurinn í djúpum svefni myndi mæta sínum innsta hluta
and he would reside in the Atman
og hann myndi búa í Atman
Marvellous wisdom was in these verses
Dásamleg speki var í þessum versum

all knowledge of the wisest ones had been collected here in magic words
allri þekkingu hinna vitrastu hafði verið safnað saman hér í töfraorðum
it was as pure as honey collected by bees
það var hreint eins og hunang sem býflugur safnaði
No, the verses were not to be looked down upon
Nei, ekki mátti líta niður á vísurnar
they contained tremendous amounts of enlightenment
þeir innihéldu gríðarlega mikið af uppljómun
they contained wisdom which lay collected and preserved
þau innihéldu visku sem lá safnað og varðveitt
wisdom collected by innumerable generations of wise Brahmans
visku safnað af óteljandi kynslóðum vitra Brahmana
But where were the Brahmans?
En hvar voru Brahmanarnir?
where were the priests?
hvar voru prestarnir?
where the wise men or penitents?
hvar vitri menn eða iðrunarmenn?
where were those that had succeeded?
hvar voru þeir sem höfðu náð árangri?
where were those who knew more than deepest of all knowledge?
hvar voru þeir sem vissu meira en dýpsta af allri þekkingu?
where were those that also lived out the enlightened wisdom?
hvar voru þeir sem lifðu líka út hina upplýstu speki?
Where was the knowledgeable one who brought Atman out of his sleep?
Hvar var sá fróði sem kom Atman upp úr svefni?
who had brought this knowledge into the day?
hver hafði fært þessa þekkingu inn í daginn?
who had taken this knowledge into their life?
hver hafði tekið þessa þekkingu inn í líf sitt?

who carried this knowledge with every step they took?
hver bar þessa þekkingu með hverju skrefi sem þeir tóku?
who had married their words with their deeds?
hver hafði gift orðum þeirra með verkum þeirra?
Siddhartha knew many venerable Brahmans
Siddhartha þekkti marga virðulega Brahmana
his father, the pure one
faðir hans, hinn hreini
the scholar, the most venerable one
fræðimaðurinn, hinn virðulegasti
His father was worthy of admiration
Faðir hans var verðugur aðdáunar
quiet and noble were his manners
hljóðlátur og göfugur voru háttur hans
pure was his life, wise were his words
hreint var líf hans, vitur voru orð hans
delicate and noble thoughts lived behind his brow
viðkvæmar og göfugar hugsanir bjuggu á bak við enni hans
but even though he knew so much, did he live in blissfulness?
en þó hann vissi svo margt, lifði hann í sælu?
despite all his knowledge, did he have peace?
Fékk hann frið þrátt fyrir alla þekkingu sína?
was he not also just a searching man?
var hann ekki líka bara leitandi maður?
was he still not a thirsty man?
var hann samt ekki þyrstur?
Did he not have to drink from holy sources again and again?
Þurfti hann ekki að drekka úr heilögum uppsprettum aftur og aftur?
did he not drink from the offerings?
drakk hann ekki af fórnunum?
did he not drink from the books?
drakk hann ekki úr bókunum?
did he not drink from the disputes of the Brahmans?
drakk hann ekki úr deilum Brahmana?

Why did he have to wash off sins every day?
Hvers vegna þurfti hann að þvo af sér syndir á hverjum degi?
must he strive for a cleansing every day?
þarf hann að leitast við að hreinsa á hverjum degi?
over and over again, every day
aftur og aftur, á hverjum degi
Was Atman not in him?
Var Atman ekki í honum?
did not the pristine source spring from his heart?
spratt ekki hin óspillta uppspretta úr hjarta hans?
the pristine source had to be found in one's own self
hina óspilltu uppsprettu varð að finna í manns eigin sjálfum
the pristine source had to be possessed!
hinn óspillta uppsprettu varð að eiga!
doing anything else else was searching
að gera eitthvað annað var að leita
taking any other pass is a detour
að taka einhverja aðra framhjá er krókur
going any other way leads to getting lost
að fara aðra leið leiðir til þess að villast
These were Siddhartha's thoughts
Þetta voru hugsanir Siddhartha
this was his thirst, and this was his suffering
þetta var hans þorsti og þetta var hans þjáning
Often he spoke to himself from a Chandogya-Upanishad:
Oft talaði hann við sjálfan sig frá Chandogya-Upanishad:
"Truly, the name of the Brahman is Satyam"
"Sannlega, nafn Brahmansins er Satyam"
"he who knows such a thing, will enter the heavenly world every day"
"Sá sem veit slíkt mun fara inn í himnaheiminn á hverjum degi"
Often the heavenly world seemed near
Oft virtist himneski heimurinn nálægur
but he had never reached the heavenly world completely
en hann hafði aldrei náð himneska heiminum alveg

he had never quenched the ultimate thirst
hann hafði aldrei svalað endanlegum þorsta
And among all the wise and wisest men, none had reached it
Og meðal allra vitra og vitrasta manna hafði enginn náð því
he received instructions from them
fékk hann fyrirmæli frá þeim
but they hadn't completely reached the heavenly world
en þeir voru ekki alveg komnir til himnaheims
they hadn't completely quenched their thirst
þeir voru ekki alveg búnir að svala þorstanum
because this thirst is an eternal thirst
því þessi þorsti er eilífur þorsti

"**Govinda" Siddhartha spoke to his friend**
"Govinda" Siddhartha talaði við vin sinn
"**Govinda, my dear, come with me under the Banyan tree**"
"Govinda, elskan mín, komdu með mér undir Banyan-tréð"
"**let's practise meditation**"
„æfum hugleiðslu"
They went to the Banyan tree
Þeir fóru að Banyan-trénu
under the Banyan tree they sat down
undir Banyan-trénu settust þeir niður
Siddhartha was right here
Siddhartha var hérna
Govinda was twenty paces away
Govinda var tuttugu skrefum í burtu
Siddhartha seated himself and he repeated murmuring the verse
Siddhartha settist og hann endurtók að muldra versið
Om is the bow, the arrow is the soul
Om er boginn, örin er sálin
The Brahman is the arrow's target
Brahman er skotmark örarinnar
the target that one should incessantly hit
skotmarkið sem maður ætti að lemja án afláts
the usual time of the exercise in meditation had passed

venjulegur tími æfingarinnar í hugleiðslu var liðinn
Govinda got up, the evening had come
Govinda stóð á fætur, kvöldið var komið
it was time to perform the evening's ablution
það var kominn tími til að framkvæma þvott kvöldsins
He called Siddhartha's name, but Siddhartha did not answer
Hann kallaði Siddhartha nafni, en Siddhartha svaraði ekki
Siddhartha sat there, lost in thought
Siddhartha sat þarna, týnd í hugsun
his eyes were rigidly focused towards a very distant target
augu hans voru stíflega beint að mjög fjarlægu skotmarki
the tip of his tongue was protruding a little between the teeth
tunguoddurinn stóð aðeins út á milli tannanna
he seemed not to breathe
hann virtist ekki anda
Thus sat he, wrapped up in contemplation
Þannig sat hann, umvafinn íhugun
he was deep in thought of the Om
hann var djúpt í hugsun um Om
his soul sent after the Brahman like an arrow
sál hans sendi á eftir Brahman eins og ör
Once, Samanas had travelled through Siddhartha's town
Einu sinni hafði Samanas ferðast um bæ Siddhartha
they were ascetics on a pilgrimage
þeir voru ásatrúarmenn í pílagrímsferð
three skinny, withered men, neither old nor young
þrír horaðir, skrælnir menn, hvorki gamlir né ungir
dusty and bloody were their shoulders
rykug og blóðug voru axlir þeirra
almost naked, scorched by the sun, surrounded by loneliness
nánast nakinn, sviðinn af sólinni, umkringdur einmanaleika
strangers and enemies to the world
ókunnugir og óvinir heimsins
strangers and jackals in the realm of humans

ókunnugir og sjakalar í ríki mannanna
Behind them blew a hot scent of quiet passion
Á bak við þá blés heitur ilmur af rólegri ástríðu
a scent of destructive service
lykt af eyðileggjandi þjónustu
a scent of merciless self-denial
lykt af miskunnarlausri sjálfsafneitun
the evening had come
kvöldið var komið
after the hour of contemplation, Siddhartha spoke to Govinda
eftir klukkutíma íhugunar talaði Siddhartha við Govinda
"Early tomorrow morning, my friend, Siddhartha will go to the Samanas"
„Snemma á morgun, vinur minn, Siddhartha mun fara til Samanas"
"He will become a Samana"
„Hann mun verða Samana"
Govinda turned pale when he heard these words
Govinda varð föl þegar hann heyrði þessi orð
and he read the decision in the motionless face of his friend
og hann las ákvörðunina í hreyfingarlausu andliti vinar síns
the determination was unstoppable, like the arrow shot from the bow
ákveðnin var óstöðvandi, eins og örin skaut úr boganum
Govinda realized at first glance; now it is beginning
Govinda áttaði sig við fyrstu sýn; nú er það að byrja
now Siddhartha is taking his own way
Nú tekur Siddhartha sínar eigin leiðir
now his fate is beginning to sprout
nú fara örlög hans að spretta
and because of Siddhartha, Govinda's fate is sprouting too
og vegna Siddhartha eru örlög Govinda líka að spretta upp
he turned pale like a dry banana-skin
hann varð föl eins og þurrt bananahúð
"Oh Siddhartha," he exclaimed

„Ó Siddhartha," hrópaði hann
"will your father permit you to do that?"
"mun faðir þinn leyfa þér að gera það?"
Siddhartha looked over as if he was just waking up
Siddhartha leit yfir eins og hann væri að vakna
like an Arrow he read Govinda's soul
eins og ör hann las sál Govinda
he could read the fear and the submission in him
hann gat lesið óttann og uppgjöfina í honum
"Oh Govinda," he spoke quietly, "let's not waste words"
„Ó Govinda," talaði hann hljóðlega, „eyðum ekki orðum"
"Tomorrow at daybreak I will begin the life of the Samanas"
„Á morgun þegar líður á daginn mun ég hefja líf Samanas"
"let us speak no more of it"
„Við skulum ekki tala meira um það"

Siddhartha entered the chamber where his father was sitting
Siddhartha gekk inn í herbergið þar sem faðir hans sat
his father was was on a mat of bast
faðir hans var á bastmottu
Siddhartha stepped behind his father
Siddhartha steig á bak föður síns
and he remained standing behind him
og hann stóð eftir hann
he stood until his father felt that someone was standing behind him
hann stóð þar til faðir hans fann að einhver stóð fyrir aftan hann
Spoke the Brahman: "Is that you, Siddhartha?"
Brahman sagði: "Ert það þú, Siddhartha?"
"Then say what you came to say"
„Segðu síðan það sem þú komst til að segja"
Spoke Siddhartha: "With your permission, my father"
Sagði Siddhartha: „Með leyfi þínu, faðir minn"
"I came to tell you that it is my longing to leave your house tomorrow"

"Ég kom til að segja þér að það er þrá mín að yfirgefa húsið
þitt á morgun"
"I wish to go to the ascetics"
„Ég vil fara til ásatrúarmanna"
"My desire is to become a Samana"
„Þrá mín er að verða Samana"
"May my father not oppose this"
„Megi faðir minn ekki vera á móti þessu"
The Brahman fell silent, and he remained so for long
Brahman þagði og var það lengi
the stars in the small window wandered
stjörnurnar í litla glugganum ráfuðu
and they changed their relative positions
og þeir skiptu um hlutfallslega stöðu sína
Silent and motionless stood the son with his arms folded
Þögull og hreyfingarlaus stóð sonurinn með krosslagðar
hendur
silent and motionless sat the father on the mat
hljóður og hreyfingarlaus sat faðirinn á mottunni
and the stars traced their paths in the sky
og stjörnurnar raktu slóðir sínar á himninum
Then spoke the father
Þá mælti faðirinn
**"it is not proper for a Brahman to speak harsh and angry
words"**
"það er ekki viðeigandi fyrir Brahman að tala hörð og reið orð"
"But indignation is in my heart"
„En reiði er í hjarta mínu"
"I wish not to hear this request for a second time"
„Ég vil ekki heyra þessa beiðni í annað sinn"
Slowly, the Brahman rose
Hægt og rólega reis Brahman upp
Siddhartha stood silently, his arms folded
Siddhartha stóð hljóður með krosslagðar hendur
"What are you waiting for?" asked the father
"Eftir hverju ertu að bíða?" spurði faðirinn

Spoke Siddhartha, "You know what I'm waiting for"
Sagði Siddhartha, "Þú veist eftir hverju ég er að bíða"
Indignant, the father left the chamber
Faðirinn var reiður og yfirgaf herbergið
indignant, he went to his bed and lay down
reiður gekk hann að rúmi sínu og lagðist
an hour passed, but no sleep had come over his eyes
klukkutími leið, en enginn svefn hafði komið yfir augu hans
the Brahman stood up and he paced to and fro
Brahman stóð upp og hann gekk til og frá
and he left the house in the night
og fór hann úr húsinu um nóttina
Through the small window of the chamber he looked back inside
Í gegnum litla gluggann í herberginu leit hann aftur inn
and there he saw Siddhartha standing
og þar sá hann Siddhartha standa
his arms were folded and he had not moved from his spot
handleggir hans voru krosslagðir og hann hafði ekki hreyft sig frá blettinum sínum
Pale shimmered his bright robe
Föl glitraði í björtu skikkjuna sína
With anxiety in his heart, the father returned to his bed
Með kvíða í hjarta fór faðirinn aftur í rúmið sitt
another sleepless hour passed
enn ein svefnlaus klukkustund leið
since no sleep had come over his eyes, the Brahman stood up again
þar sem enginn svefn hafði komið yfir augu hans, stóð Brahman upp aftur
he paced to and fro, and he walked out of the house
hann gekk til og frá og gekk út úr húsinu
and he saw that the moon had risen
og hann sá að tunglið var komið upp
Through the window of the chamber he looked back inside
Í gegnum gluggann á herberginu leit hann aftur inn

there stood Siddhartha, unmoved from his spot
þar stóð Siddhartha, óhreyfður frá stað sínum
his arms were folded, as they had been
handleggir hans voru krosslagðir, eins og þeir höfðu verið
moonlight was reflecting from his bare shins
tunglsljós endurspeglaðist frá berum sköflungum hans
With worry in his heart, the father went back to bed
Með áhyggjur í hjarta fór faðirinn aftur að sofa
he came back after an hour
hann kom aftur eftir klukkutíma
and he came back again after two hours
og hann kom aftur eftir tvo tíma
he looked through the small window
hann leit inn um litla gluggann
he saw Siddhartha standing in the moon light
hann sá Siddhartha standa í tunglljósinu
he stood by the light of the stars in the darkness
hann stóð við ljós stjarnanna í myrkrinu
And he came back hour after hour
Og hann kom aftur klukkutíma eftir klukkutíma
silently, he looked into the chamber
hljóður leit hann inn í herbergið
he saw him standing in the same place
hann sá hann standa á sama stað
it filled his heart with anger
það fyllti hjarta hans reiði
it filled his heart with unrest
það fyllti hjarta hans óróleika
it filled his heart with anguish
það fyllti hjarta hans angist
it filled his heart with sadness
það fyllti hjarta hans sorg
the night's last hour had come
Síðasta stund kvöldsins var komin
his father returned and stepped into the room
faðir hans sneri aftur og gekk inn í herbergið

he saw the young man standing there
sá hann unga manninn standa þar
he seemed tall and like a stranger to him
hann virtist hávaxinn og eins og ókunnugur maður
"Siddhartha," he spoke, "what are you waiting for?"
"Siddhartha," sagði hann, "eftir hverju ertu að bíða?"
"You know what I'm waiting for"
"Þú veist eftir hverju ég er að bíða"
"Will you always stand that way and wait?
„Ætlarðu alltaf að standa svona og bíða?
"I will always stand and wait"
„Ég mun alltaf standa og bíða"
"will you wait until it becomes morning, noon, and evening?"
"Ætlarðu að bíða þangað til það verður morgun, hádegi og kvöld?"
"I will wait until it become morning, noon, and evening"
„Ég mun bíða þangað til það verður morgun, hádegi og kvöld"
"You will become tired, Siddhartha"
„Þú verður þreytt, Siddhartha"
"I will become tired"
„Ég verð þreytt"
"You will fall asleep, Siddhartha"
"Þú munt sofna, Siddhartha"
"I will not fall asleep"
„Ég mun ekki sofna"
"You will die, Siddhartha"
"Þú munt deyja, Siddhartha"
"I will die," answered Siddhartha
"Ég mun deyja," svaraði Siddhartha
"And would you rather die, than obey your father?"
"Og viltu frekar deyja en hlýða föður þínum?"
"Siddhartha has always obeyed his father"
„Siddhartha hefur alltaf hlýtt föður sínum"
"So will you abandon your plan?"

"Svo muntu hætta við áætlun þína?"
"Siddhartha will do what his father will tell him to do"
"Siddhartha mun gera það sem faðir hans mun segja honum að gera"
The first light of day shone into the room
Fyrsta dagsljósið skein inn í herbergið
The Brahman saw that Siddhartha knees were softly trembling
Brahman sá að Siddhartha hnén titruðu mjúklega
In Siddhartha's face he saw no trembling
Í andliti Siddhartha sá hann engan skjálfta
his eyes were fixed on a distant spot
augu hans voru fest á fjarlægum stað
This was when his father realized
Þetta var þegar faðir hans áttaði sig
even now Siddhartha no longer dwelt with him in his home
jafnvel núna bjó Siddhartha ekki lengur með honum á heimili sínu
he saw that he had already left him
sá hann að hann var þegar farinn frá honum
The Father touched Siddhartha's shoulder
Faðirinn snerti öxl Siddhartha
"You will," he spoke, "go into the forest and be a Samana"
"Þú munt," sagði hann, "fara inn í skóginn og vera Samana"
"When you find blissfulness in the forest, come back"
„Þegar þú finnur sælu í skóginum, komdu aftur"
"come back and teach me to be blissful"
"komdu aftur og kenndu mér að vera hamingjusamur"
"If you find disappointment, then return"
„Ef þú finnur fyrir vonbrigðum, farðu þá aftur"
"return and let us make offerings to the gods together, again"
„snúið aftur og skulum aftur fórna guðunum saman"
"Go now and kiss your mother"
"Farðu núna og kysstu mömmu þína"
"tell her where you are going"
"segðu henni hvert þú ert að fara"

"But for me it is time to go to the river"
„En fyrir mér er kominn tími til að fara að ánni"
"it is my time to perform the first ablution"
„Það er kominn tími til að framkvæma fyrstu þvottinn"
He took his hand from the shoulder of his son, and went outside
Hann tók hönd sína af öxl sonar síns og gekk út
Siddhartha wavered to the side as he tried to walk
Siddhartha hvikaði til hliðar þegar hann reyndi að ganga
He put his limbs back under control and bowed to his father
Hann tók aftur stjórn á útlimum sínum og hneigði sig fyrir föður sínum
he went to his mother to do as his father had said
hann fór til móður sinnar að gera eins og faðir hans hafði sagt
As he slowly left on stiff legs a shadow rose near the last hut
Þegar hann fór hægt og rólega á stífum fótum reis skuggi nálægt síðasta kofanum
who had crouched there, and joined the pilgrim?
hver hafði krjúpað þar og gengið til liðs við pílagríminn?
"Govinda, you have come" said Siddhartha and smiled
"Govinda, þú ert kominn," sagði Siddhartha og brosti
"I have come," said Govinda
"Ég er kominn," sagði Govinda

With the Samanas
Með Samana

In the evening of this day they caught up with the ascetics
Að kvöldi þessa dags náðu þeir ásatrúarmönnum
the ascetics; the skinny Samanas
ásatrúarmennirnir; horuðu Samanas
they offered them their companionship and obedience
þeir buðu þeim félagsskap sinn og hlýðni
Their companionship and obedience were accepted
Félagsskapur þeirra og hlýðni var samþykkt
Siddhartha gave his garments to a poor Brahman in the street
Siddhartha gaf fátækum Brahman klæði sín á götunni
He wore nothing more than a loincloth and earth-coloured, unsown cloak
Hann klæddist ekki öðru en lendarklæði og jarðlitaðri, ósáðri skikkju
He ate only once a day, and never anything cooked
Hann borðaði bara einu sinni á dag og aldrei neitt eldað
He fasted for fifteen days, he fasted for twenty-eight days
Hann fastaði í fimmtán daga, hann fastaði í tuttugu og átta daga
The flesh waned from his thighs and cheeks
Holdið dofnaði af lærum hans og kinnum
Feverish dreams flickered from his enlarged eyes
Hitadraumar blöktu úr stækkuðum augum hans
long nails grew slowly on his parched fingers
langar neglur uxu hægt á þurrum fingrum hans
and a dry, shaggy beard grew on his chin
og þurrt, lobbótt skegg óx á höku hans
His glance turned to ice when he encountered women
Augnaráð hans varð að ís þegar hann rakst á konur
he walked through a city of nicely dressed people
hann gekk í gegnum borg af fallega klæddu fólki
his mouth twitched with contempt for them
munnur hans kipptist af fyrirlitningu á þeim

He saw merchants trading and princes hunting
Hann sá kaupmenn versla og höfðingja veiða
he saw mourners wailing for their dead
hann sá syrgjendur væla yfir látnum sínum
and he saw whores offering themselves
og hann sá hórur bjóða sér fram
physicians trying to help the sick
læknar sem reyna að hjálpa sjúkum
priests determining the most suitable day for seeding
prestar ákveða hvaða dag hentar best til sáningar
lovers loving and mothers nursing their children
elskandi elskendur og mæður sem hlúa að börnum sínum
and all of this was not worthy of one look from his eyes
og allt þetta var ekki verðugt eins augnaráðs hans
it all lied, it all stank, it all stank of lies
það laug allt, það lykkaði allt, það lyktaði allt af lygum
it all pretended to be meaningful and joyful and beautiful
þetta þótti allt innihaldsríkt og gleðilegt og fallegt
and it all was just concealed putrefaction
og þetta var allt bara hulin rotnun
the world tasted bitter; life was torture
heimurinn bragðaðist bitur; lífið var pyntingar

A single goal stood before Siddhartha
Eitt mark stóð fyrir Siddhartha
his goal was to become empty
markmið hans var að verða tómur
his goal was to be empty of thirst
markmið hans var að vera tómur þorsta
empty of wishing and empty of dreams
tómur af óskum og tómur af draumum
empty of joy and sorrow
tómur af gleði og sorg
his goal was to be dead to himself
Markmið hans var að vera sjálfum sér dauður
his goal was not to be a self any more
Markmið hans var að vera ekki lengur sjálf

his goal was to find tranquillity with an emptied heart
Markmið hans var að finna ró með tómu hjarta
his goal was to be open to miracles in unselfish thoughts
Markmið hans var að vera opinn fyrir kraftaverkum í óeigingjörnum hugsunum
to achieve this was his goal
að ná þessu var markmið hans
when all of his self was overcome and had died
þegar allt sjálf hans var sigrað og dáið
when every desire and every urge was silent in the heart
þegar sérhver þrá og hver hvöt þagði í hjartanu
then the ultimate part of him had to awake
þá varð æðsti hluti hans að vakna
the innermost of his being, which is no longer his self
hið innsta í veru hans, sem er ekki lengur hans sjálf
this was the great secret
þetta var hið mikla leyndarmál

Silently, Siddhartha exposed himself to the burning rays of the sun
Hljótt, Siddhartha útsetti sig fyrir brennandi geislum sólarinnar
he was glowing with pain and he was glowing with thirst
hann ljómaði af sársauka og hann ljómaði af þorsta
and he stood there until he neither felt pain nor thirst
og stóð hann þar til þess að hann fann hvorki sársauka né þorsta
Silently, he stood there in the rainy season
Þögull stóð hann þarna á regntímanum
from his hair the water was dripping over freezing shoulders
úr hárinu á honum lak vatnið yfir ískaldar axlir
the water was dripping over his freezing hips and legs
vatnið drýpur yfir ískaldar mjaðmir hans og fætur
and the penitent stood there
og iðrandi stóð þar
he stood there until he could not feel the cold any more

hann stóð þarna þangað til hann fann ekki fyrir kuldanum lengur
he stood there until his body was silent
hann stóð þar til líkami hans þagnaði
he stood there until his body was quiet
hann stóð þar þar til líkami hans var rólegur
Silently, he cowered in the thorny bushes
Hljóðlátur kúgaðist hann í þyrnum runnum
blood dripped from the burning skin
blóðið draup úr brennandi húðinni
blood dripped from festering wounds
blóðið drýpur úr gljáandi sárum
and Siddhartha stayed rigid and motionless
og Siddhartha var stífur og hreyfingarlaus
he stood until no blood flowed any more
hann stóð þar til ekkert blóð rann framar
he stood until nothing stung any more
hann stóð þar til ekkert stakk lengur
he stood until nothing burned any more
hann stóð þar til ekkert brann lengur
Siddhartha sat upright and learned to breathe sparingly
Siddhartha sat uppréttur og lærði að anda sparlega
he learned to get along with few breaths
hann lærði að umgangast með fáum andardrættum
he learned to stop breathing
hann lærði að hætta að anda
He learned, beginning with the breath, to calm the beating of his heart
Hann lærði, og byrjaði á andardrættinum, að róa hjartsláttinn
he learned to reduce the beats of his heart
hann lærði að draga úr slögum hjartans
he meditated until his heartbeats were only a few
hann hugleiddi þar til hjartslátturinn var aðeins fáir
and then his heartbeats were almost none
og þá voru hjartsláttar hans nánast enginn

Instructed by the oldest of the Samanas, Siddhartha practised self-denial
Siddhartha, kenndur af elstu Samana, stundaði sjálfsafneitun
he practised meditation, according to the new Samana rules
hann stundaði hugleiðslu, samkvæmt nýju Samana reglum
A heron flew over the bamboo forest
Kría flaug yfir bambusskóginn
Siddhartha accepted the heron into his soul
Siddhartha tók kríuna inn í sál sína
he flew over forest and mountains
hann flaug yfir skóg og fjöll
he was a heron, he ate fish
hann var kría, hann borðaði fisk
he felt the pangs of a heron's hunger
hann fann fyrir hungri kríu
he spoke the heron's croak
hann talaði kríuna
he died a heron's death
hann dó kríudauða
A dead jackal was lying on the sandy bank
Dauður sjakal lá á sandbakkanum
Siddhartha's soul slipped inside the body of the dead jackal
Sál Siddhartha rann inn í líkama dauða sjakalans
he was the dead jackal laying on the banks and bloated
hann var dauði sjakalinn sem lá á bökkunum og uppblásinn
he stank and decayed and was dismembered by hyenas
hann stank og rotnaði og var sundurlimaður af hýenum
he was skinned by vultures and turned into a skeleton
hann var húðaður af hrægamma og breyttur í beinagrind
he was turned to dust and blown across the fields
hann var breyttur í mold og blásið yfir akrana
And Siddhartha's soul returned
Og sál Siddhartha sneri aftur
it had died, decayed, and was scattered as dust
það hafði dáið, grotnað niður og dreift eins og ryki
it had tasted the gloomy intoxication of the cycle

það hafði smakkað hina drungalegu vímu hringrásarinnar
it awaited with a new thirst, like a hunter in the gap
það beið með nýjum þorsta, eins og veiðimaður í skarðinu
in the gap where he could escape from the cycle
í bilinu þar sem hann gæti sloppið úr hringrásinni
in the gap where an eternity without suffering began
í skarðið þar sem eilífð án þjáningar hófst
he killed his senses and his memory
hann drap skynfæri sín og minni
he slipped out of his self into thousands of other forms
hann rann út úr sjálfum sér í þúsundir annarra mynda
he was an animal, a carrion, a stone
hann var dýr, hræ, steinn
he was wood and water
hann var viður og vatn
and he awoke every time to find his old self again
og hann vaknaði í hvert skipti til að finna sitt gamla sjálf aftur
whether sun or moon, he was his self again
hvort sem það var sól eða tungl, þá var hann sjálfur aftur
he turned round in the cycle
hann sneri sér við í hringnum
he felt thirst, overcame the thirst, felt new thirst
hann fann fyrir þorsta, sigraði þorstann, fann fyrir nýjum þorsta

Siddhartha learned a lot when he was with the Samanas
Siddhartha lærði mikið þegar hann var með Samana
he learned many ways leading away from the self
hann lærði margar leiðir sem leiða frá sjálfinu
he learned how to let go
hann lærði að sleppa takinu
He went the way of self-denial by means of pain
Hann fór leið sjálfsafneitunar með sársauka
he learned self-denial through voluntarily suffering and overcoming pain
hann lærði sjálfsafneitun með því að þjást af sjálfsdáðum og sigrast á sársauka

he overcame hunger, thirst, and tiredness
hann sigraði hungur, þorsta og þreytu
He went the way of self-denial by means of meditation
Hann fór leið sjálfsafneitunar með hugleiðslu
he went the way of self-denial through imagining the mind to be void of all conceptions
hann fór leið sjálfsafneitunar með því að ímynda sér að hugurinn væri laus við allar hugmyndir
with these and other ways he learned to let go
með þessum og öðrum leiðum lærði hann að sleppa takinu
a thousand times he left his self
þúsund sinnum yfirgaf hann sjálfan sig
for hours and days he remained in the non-self
klukkutímum og dögum saman dvaldi hann í ósjálfinu
all these ways led away from the self
allar þessar leiðir leiddu burt frá sjálfinu
but their path always led back to the self
en leið þeirra lá alltaf aftur til sjálfsins
Siddhartha fled from the self a thousand times
Siddhartha flúði frá sjálfinu þúsund sinnum
but the return to the self was inevitable
en afturhvarf til sjálfsins var óumflýjanlegt
although he stayed in nothingness, coming back was inevitable
þótt hann dvaldi í engu, var það óumflýjanlegt að koma aftur
although he stayed in animals and stones, coming back was inevitable
þótt hann dvaldi í dýrum og steinum var óhjákvæmilegt að koma aftur
he found himself in the sunshine or in the moonlight again
hann fann sig aftur í sólskininu eða í tunglskininu
he found himself in the shade or in the rain again
hann fann sig aftur í skugga eða rigningu
and he was once again his self; Siddhartha
og hann var aftur sjálfur; Siddhartha

and again he felt the agony of the cycle which had been forced upon him
og aftur fann hann fyrir kvölum hringrásarinnar sem hafði verið þvinguð upp á hann

by his side lived Govinda, his shadow
við hlið hans bjó Govinda, skuggi hans
Govinda walked the same path and undertook the same efforts
Govinda gekk sömu leið og tók að sér sömu tilraunir
they spoke to one another no more than the exercises required
þeir töluðu ekki meira saman en þær æfingar sem krafist var
occasionally the two of them went through the villages
stöku sinnum fóru þeir tveir um þorpin
they went to beg for food for themselves and their teachers
þeir fóru að betla mat handa sér og kennurum sínum
"How do you think we have progressed, Govinda" he asked
„Hvernig heldurðu að okkur hafi þróast, Govinda," spurði hann
"Did we reach any goals?" Govinda answered
„Náðum við einhverjum markmiðum? Govinda svaraði
"We have learned, and we'll continue learning"
„Við höfum lært og við munum halda áfram að læra"
"You'll be a great Samana, Siddhartha"
"Þú munt verða frábær Samana, Siddhartha"
"Quickly, you've learned every exercise"
"Fljótt, þú hefur lært hverja æfingu"
"often, the old Samanas have admired you"
„oft hafa gömlu Samana dáðst að þér"
"One day, you'll be a holy man, oh Siddhartha"
„Einn daginn muntu verða heilagur maður, ó Siddhartha"
Spoke Siddhartha, "I can't help but feel that it is not like this, my friend"
Siddhartha sagði: „Ég get ekki annað en fundið að þetta er ekki svona, vinur minn"

"What I've learned being among the Samanas could have been learned more quickly"
„Það sem ég hef lært að vera meðal Samana hefði mátt læra hraðar"
"it could have been learned by simpler means"
"það hefði mátt læra með einfaldari hætti"
"it could have been learned in any tavern"
„það hefði verið hægt að læra á hvaða krá sem er"
"it could have been learned where the whorehouses are"
„það hefði mátt vita hvar hóruhúsin eru"
"I could have learned it among carters and gamblers"
„Ég hefði getað lært það meðal vagna og fjárhættuspilara"
Spoke Govinda, "Siddhartha is joking with me"
Govinda sagði: „Siddhartha er að grínast með mig"
"How could you have learned meditation among wretched people?"
"Hvernig gætirðu hafa lært hugleiðslu meðal vesæls fólks?"
"how could whores have taught you about holding your breath?"
"hvernig gætu hórur hafa kennt þér að halda niðri í þér andanum?"
"how could gamblers have taught you insensitivity against pain?"
"hvernig gætu fjárhættuspilarar hafa kennt þér ónæmi gegn sársauka?"
Siddhartha spoke quietly, as if he was talking to himself
Siddhartha talaði hljóðlega, eins og hann væri að tala við sjálfan sig
"What is meditation?"
"Hvað er hugleiðsla?"
"What is leaving one's body?"
"Hvað er að fara úr líkama manns?"
"What is fasting?"
"Hvað er fasta?"
"What is holding one's breath?"
"Hvað er að halda niðri í manni andanum?"

"It is fleeing from the self"
„Það er að flýja frá sjálfinu"
"it is a short escape of the agony of being a self"
"það er stuttur flótti frá kvölinni að vera sjálf"
"it is a short numbing of the senses against the pain"
„það er stutt deyfing skynfæranna gegn sársauka"
"it is avoiding the pointlessness of life"
„það er að forðast tilgangsleysi lífsins"
"The same numbing is what the driver of an ox-cart finds in the inn"
"Sömu deyfingin er það sem ökumaður nautakerru finnur í gistihúsinu"
"drinking a few bowls of rice-wine or fermented coconut-milk"
„að drekka nokkrar skálar af hrísgrjónavíni eða gerjaðri kókosmjólk"
"Then he won't feel his self anymore"
„Þá finnur hann ekki fyrir sjálfum sér lengur"
"then he won't feel the pains of life anymore"
„þá finnur hann ekki fyrir sársauka lífsins lengur"
"then he finds a short numbing of the senses"
„þá finnur hann stutta deyfingu á skilningarvitunum"
"When he falls asleep over his bowl of rice-wine, he'll find the same what we find"
„Þegar hann sofnar yfir hrísgrjónavínsskálinni sinni finnur hann það sama og við finnum"
"he finds what we find when we escape our bodies through long exercises"
„hann finnur það sem við finnum þegar við flýjum líkama okkar í gegnum langar æfingar"
"all of us are staying in the non-self"
„Við höldum okkur öll í ósjálfinu"
"This is how it is, oh Govinda"
„Svona er þetta, ó Govinda"
Spoke Govinda, "You say so, oh friend"
Sagði Govinda: "Þú segir það, ó vinur"

"and yet you know that Siddhartha is no driver of an ox-cart"
"og samt veistu að Siddhartha er enginn ökumaður nautakerru"
"and you know a Samana is no drunkard"
"og þú veist að Samana er enginn drykkjumaður"
"it's true that a drinker numbs his senses"
"það er satt að drykkjumaður deyfir skynfærin"
"it's true that he briefly escapes and rests"
"það er satt að hann sleppur stutta stund og hvílir sig"
"but he'll return from the delusion and finds everything to be unchanged"
"en hann mun snúa aftur úr blekkingunni og finnur að allt sé óbreytt"
"he has not become wiser"
"hann er ekki orðinn vitrari"
"he has gathered any enlightenment"
„hann hefur safnað sérhverri uppljómun"
"he has not risen several steps"
„hann hefur ekki stigið nokkur skref"
And Siddhartha spoke with a smile
Og Siddhartha talaði brosandi
"I do not know, I've never been a drunkard"
„Ég veit það ekki, ég hef aldrei verið handrukkari"
"I know that I find only a short numbing of the senses"
„Ég veit að ég finn aðeins stutta deyfingu skynfæranna"
"I find it in my exercises and meditations"
„Ég finn það í æfingum mínum og hugleiðslu"
"and I find I am just as far removed from wisdom as a child in the mother's womb"
"og ég finn að ég er jafn fjarri visku og barn í móðurkviði"
"this I know, oh Govinda"
"þetta veit ég, ó Govinda"

And once again, another time, Siddhartha began to speak
Og enn og aftur, öðru sinni, byrjaði Siddhartha að tala
Siddhartha had left the forest, together with Govinda
Siddhartha hafði yfirgefið skóginn ásamt Govinda

they left to beg for some food in the village
þeir fóru til að biðja um mat í sveitinni
he said, "What now, oh Govinda?"
sagði hann: "Hvað nú, ó Govinda?"
"are we on the right path?"
"erum við á réttri leið?"
"are we getting closer to enlightenment?"
"erum við að nálgast uppljómun?"
"are we getting closer to salvation?"
"erum við að nálgast hjálpræði?"
"Or do we perhaps live in a circle?"
"Eða búum við kannski í hring?"
"we, who have thought we were escaping the cycle"
„við, sem höfum haldið að við værum að flýja hringinn"
Spoke Govinda, "We have learned a lot"
Govinda sagði: „Við höfum lært mikið"
"Siddhartha, there is still much to learn"
„Siddhartha, það er enn mikið að læra"
"We are not going around in circles"
„Við förum ekki í hringi"
"we are moving up; the circle is a spiral"
"við erum að færast upp; hringurinn er spírall"
"we have already ascended many levels"
„við höfum þegar farið upp á mörg stig"
Siddhartha answered, "How old would you think our oldest Samana is?"
Siddhartha svaraði: "Hversu gömul myndir þú halda að elsta Samana okkar sé?"
"how old is our venerable teacher?"
"hvað er virðulegi kennarinn okkar gamall?"
Spoke Govinda, "Our oldest one might be about sixty years of age"
Govinda sagði: „Elsti okkar gæti verið um sextíu ára gamall"
Spoke Siddhartha, "He has lived for sixty years"
Sagði Siddhartha: „Hann hefur lifað í sextíu ár"
"and yet he has not reached the nirvana"

"og samt hefur hann ekki náð nirvana"
"He'll turn seventy and eighty"
„Hann verður sjötugur og áttræður"
"you and me, we will grow just as old as him"
"Ég og þú, við verðum alveg jafn gömul og hann"
"and we will do our exercises"
"og við munum gera æfingar okkar"
"and we will fast, and we will meditate"
„og við munum fasta og hugleiða"
"But we will not reach the nirvana"
"En við náum ekki nirvana"
"he won't reach nirvana and we won't"
„hann nær ekki nirvana og við ekki"
"there are uncountable Samanas out there"
„það eru óteljandi Samana þarna úti"
"perhaps not a single one will reach the nirvana"
"kannski nær enginn einn nirvana"
"We find comfort, we find numbness, we learn feats"
„Við finnum huggun, við finnum dofa, við lærum afrek"
"we learn these things to deceive others"
"við lærum þessa hluti til að blekkja aðra"
"But the most important thing, the path of paths, we will not find"
„En það mikilvægasta, leið slóðanna, munum við ekki finna"
Spoke Govinda "If you only wouldn't speak such terrible words, Siddhartha!"
Sagði Govinda "Ef þú myndir bara ekki segja svona hræðileg orð, Siddhartha!"
"there are so many learned men"
"það eru svo margir lærðir menn"
"how could not one of them not find the path of paths?"
"hvernig gat ekki einn þeirra ekki fundið leið slóðanna?"
"how can so many Brahmans not find it?"
"hvernig geta svo margir Brahmanar ekki fundið það?"
"how can so many austere and venerable Samanas not find it?"

"hvernig geta svo margir strangir og virðulegir Samana ekki fundið það?"
"how can all those who are searching not find it?"
"hvernig geta allir þeir sem eru að leita ekki fundið það?"
"how can the holy men not find it?"
"hvernig geta heilagir menn ekki fundið það?"
But Siddhartha spoke with as much sadness as mockery
En Siddhartha talaði af jafn mikilli sorg og háði
he spoke with a quiet, a slightly sad, a slightly mocking voice
hann talaði með hljóðri, örlítið dapurlegri, örlítið spottandi rödd
"Soon, Govinda, your friend will leave the path of the Samanas"
"Bráðum, Govinda, vinur þinn mun yfirgefa slóð Samanas"
"he has walked along your side for so long"
„hann hefur gengið meðfram hlið þinni svo lengi"
"I'm suffering of thirst"
„Ég þjáist af þorsta"
"on this long path of a Samana, my thirst has remained as strong as ever"
„Á þessari löngu leið Samana hefur þorsti minn haldist eins sterkur og alltaf"
"I always thirsted for knowledge"
„Mig þyrsti alltaf í þekkingu"
"I have always been full of questions"
„Ég hef alltaf verið fullur af spurningum"
"I have asked the Brahmans, year after year"
„Ég hef spurt Brahmana ár eftir ár"
"and I have asked the holy Vedas, year after year"
"og ég hef spurt hina heilögu Veda ár eftir ár"
"and I have asked the devoted Samanas, year after year"
"og ég hef spurt dyggu Samana, ár eftir ár"
"perhaps I could have learned it from the hornbill bird"
„kannski hefði ég getað lært það af háhyrningafuglinum"
"perhaps I should have asked the chimpanzee"

„Ég hefði kannski átt að spyrja simpansann"
"It took me a long time"
„Það tók mig langan tíma"
"and I am not finished learning this yet"
"og ég er ekki búinn að læra þetta ennþá"
"oh Govinda, I have learned that there is nothing to be learned!"
"Ó Govinda, ég hef lært að það er ekkert að læra!"
"There is indeed no such thing as learning"
„Það er svo sannarlega ekkert til sem heitir að læra"
"There is just one knowledge"
„Það er bara ein vitneskja"
"this knowledge is everywhere, this is Atman"
„þessi þekking er alls staðar, þetta er Atman"
"this knowledge is within me and within you"
"þessi þekking er innra með mér og innra með þér"
"and this knowledge is within every creature"
"og þessi þekking er í hverri veru"
"this knowledge has no worse enemy than the desire to know it"
„Þessi þekking á sér ekki verri óvin en löngun til að þekkja hana"
"that is what I believe"
"það er það sem ég trúi"
At this, Govinda stopped on the path
Við þetta stoppaði Govinda á stígnum
he rose his hands, and spoke
hann reis upp hendurnar og talaði
"If only you would not bother your friend with this kind of talk"
„Ef þú myndir ekki trufla vin þinn með svona tali"
"Truly, your words stir up fear in my heart"
"Sannlega, orð þín vekja ótta í hjarta mínu"
"consider, what would become of the sanctity of prayer?"
"hugsaðu, hvað yrði um helgi bænarinnar?"

"what would become of the venerability of the Brahmans' caste?"
"hvað yrði um virðingu stéttar Brahmana?"
"what would happen to the holiness of the Samanas?
„hvað yrði um heilagleika Samana?
"What would then become of all of that is holy"
„Hvað yrði þá um allt þetta er heilagt"
"what would still be precious?"
"hvað væri samt dýrmætt?"
And Govinda mumbled a verse from an Upanishad to himself
Og Govinda muldraði við sjálfan sig vers úr Upanishad
"He who ponderingly, of a purified spirit, loses himself in the meditation of Atman"
„Sá sem íhugar, af hreinsuðum anda, missir sjálfan sig í hugleiðslu Atmans"
"inexpressible by words is the blissfulness of his heart"
„Ólýsanleg með orðum er sæla hjarta hans"
But Siddhartha remained silent
En Siddhartha þagði
He thought about the words which Govinda had said to him
Hann hugsaði um þau orð sem Govinda hafði sagt við hann
and he thought the words through to their end
og hann hugsaði orðin til enda
he thought about what would remain of all that which seemed holy
hann hugsaði um hvað eftir yrði af öllu því sem heilagt þótti
What remains? What can stand the test?
Hvað er eftir? Hvað þolir prófið?
And he shook his head
Og hann hristi höfuðið

the two young men had lived among the Samanas for about three years
ungu mennirnir tveir höfðu búið meðal Samana í um þrjú ár
some news, a rumour, a myth reached them
einhverjar fréttir, orðrómur, goðsögn bárust þeim

the rumour had been retold many times
orðróminn hafði margoft verið endursagður
A man had appeared, Gotama by name
Maður hafði birst, Gotama að nafni
the exalted one, the Buddha
hinn upphafni, Búdda
he had overcome the suffering of the world in himself
hann hafði sigrast á þjáningu heimsins í sjálfum sér
and he had halted the cycle of rebirths
og hann hafði stöðvað hring endurfæðingar
He was said to wander through the land, teaching
Hann var sagður reika um landið og kenna
he was said to be surrounded by disciples
hann var sagður vera umkringdur lærisveinum
he was said to be without possession, home, or wife
hann var sagður vera án eignar, heimilis eða konu
he was said to be in just the yellow cloak of an ascetic
hann var sagður vera bara í gulri skikkju ásatrúarmanns
but he was with a cheerful brow
en hann var með glaðan auga
and he was said to be a man of bliss
ok var hann sagður vera sælumaður
Brahmans and princes bowed down before him
Brahmanar og prinsar hneigðu sig fyrir honum
and they became his students
og þeir urðu nemendur hans
This myth, this rumour, this legend resounded
Þessi goðsögn, þessi orðrómur, þessi goðsögn ómaði
its fragrance rose up, here and there, in the towns
ilmur hennar reis upp, hér og þar, í bæjunum
the Brahmans spoke of this legend
Brahmanar töluðu um þessa goðsögn
and in the forest, the Samanas spoke of it
og í skóginum töluðu Samana um það
again and again, the name of Gotama the Buddha reached
the ears of the young men

aftur og aftur, nafn Gotama Búdda barst eyrum ungu mannanna
there was good and bad talk of Gotama
það var gott og illt talað um Gotama
some praised Gotama, others defamed him
sumir lofuðu Gotama, aðrir rægðu hann
It was as if the plague had broken out in a country
Það var eins og plágan hefði brotist út í landi
news had been spreading around that in one or another place there was a man
fréttir höfðu borist um að á einum eða öðrum stað væri maður
a wise man, a knowledgeable one
vitur maður, fróður maður
a man whose word and breath was enough to heal everyone
maður sem hafði orð og andardrátt til að lækna alla
his presence could heal anyone who had been infected with the pestilence
Nærvera hans gæti læknað alla sem smitast höfðu af drepsóttinni
such news went through the land, and everyone would talk about it
slík tíðindi fóru um landið, og mundu allir tala um það
many believed the rumours, many doubted them
margir trúðu orðrómunum, margir efuðust um þær
but many got on their way as soon as possible
en margir fóru sem fyrst á leið
they went to seek the wise man, the helper
þeir fóru að leita vitringsins, hjálparans
the wise man of the family of Sakya
vitur maður af fjölskyldu Sakya
He possessed, so the believers said, the highest enlightenment
Hann bjó yfir, svo trúuðu sögðu, æðstu uppljómun
he remembered his previous lives; he had reached the nirvana
hann minntist fyrri ævi sinnar; hann var kominn í nirvana

and he never returned into the cycle
og hann kom aldrei aftur inn í hringrásina
he was never again submerged in the murky river of physical forms
hann var aldrei aftur á kafi í gruggugu ánni líkamlegra forma
Many wonderful and unbelievable things were reported of him
Margt yndislegt og ótrúlegt var sagt frá honum
he had performed miracles
hann hafði gert kraftaverk
he had overcome the devil
hann hafði sigrað djöfulinn
he had spoken to the gods
hann hafði talað við guðina
But his enemies and disbelievers said Gotama was a vain seducer
En óvinir hans og vantrúarmenn sögðu að Gotama væri hégómlegur tælandi
they said he spent his days in luxury
þeir sögðu að hann eyddi dögum sínum í vellystingum
they said he scorned the offerings
þeir sögðu hann fyrirlíta fórnirnar
they said he was without learning
þeir sögðu að hann væri lærdómslaus
they said he knew neither meditative exercises nor self-castigation
þeir sögðu að hann kunni hvorki hugleiðsluæfingar né sjálfskast
The myth of Buddha sounded sweet
Goðsögnin um Búdda hljómaði ljúflega
The scent of magic flowed from these reports
Töfrailmur streymdi frá þessum fréttum
After all, the world was sick, and life was hard to bear
Enda var heimurinn sjúkur og lífið var erfitt að bera
and behold, here a source of relief seemed to spring forth
og sjá, hér virtist léttir spretta fram

here a messenger seemed to call out
hér virtist boðberi kalla
comforting, mild, full of noble promises
huggandi, mildur, fullur af göfugum fyrirheitum
Everywhere where the rumour of Buddha was heard, the young men listened up
Alls staðar þar sem orðrómur um Búdda heyrðist, hlustuðu ungu mennirnir
everywhere in the lands of India they felt a longing
alls staðar í löndum Indlands fundu þeir fyrir þrá
everywhere where the people searched, they felt hope
alls staðar þar sem fólkið leitaði fann það von
every pilgrim and stranger was welcome when he brought news of him
sérhver pílagrímur og ókunnugur var velkominn þegar hann flutti fréttir af honum
the exalted one, the Sakyamuni
hinn upphafni, Sakyamuni
The myth had also reached the Samanas in the forest
Goðsögnin hafði einnig náð til Samana í skóginum
and Siddhartha and Govinda heard the myth too
og Siddhartha og Govinda heyrðu goðsögnina líka
slowly, drop by drop, they heard the myth
hægt, dropa fyrir dropa, heyrðu þeir goðsögnina
every drop was laden with hope
hver dropi var hlaðinn von
every drop was laden with doubt
hver dropi var hlaðinn efa
They rarely talked about it
Þeir töluðu sjaldan um það
because the oldest one of the Samanas did not like this myth
vegna þess að sá elsti af Samana líkaði ekki við þessa goðsögn
he had heard that this alleged Buddha used to be an ascetic
hann hafði heyrt að þessi meinti Búdda hafi verið ásatrúarmaður
he heard he had lived in the forest

hann heyrði að hann hefði búið í skóginum
but he had turned back to luxury and worldly pleasures
en hann hafði snúið aftur til munaðar og veraldlegra nautna
and he had no high opinion of this Gotama
og hann hafði ekkert hátt álit á þessum Gotama

"Oh Siddhartha," Govinda spoke one day to his friend
„Ó Siddhartha," talaði Govinda einn daginn við vin sinn
"Today, I was in the village"
„Í dag var ég í þorpinu"
"and a Brahman invited me into his house"
"og Brahman bauð mér inn í hús sitt"
"and in his house, there was the son of a Brahman from Magadha"
"og í húsi hans var sonur Brahmans frá Magadha"
"he has seen the Buddha with his own eyes"
„hann hefur séð Búdda með eigin augum"
"and he has heard him teach"
"og hann hefur heyrt hann kenna"
"Verily, this made my chest ache when I breathed"
„Sannlega, þetta verkaði í brjóstið þegar ég andaði"
"and I thought this to myself:"
"og ég hugsaði þetta með mér:"
"if only we heard the teachings from the mouth of this perfected man!"
"ef við heyrðum kenningarnar af munni þessa fullkomna manns!"
"Speak, friend, wouldn't we want to go there too"
"Talaðu, vinur, myndum við ekki vilja fara þangað líka"
"wouldn't it be good to listen to the teachings from the Buddha's mouth?"
„Væri ekki gott að hlusta á kenningarnar úr munni Búdda?
Spoke Siddhartha, "I had thought you would stay with the Samanas"
Sagði Siddhartha: "Ég hafði haldið að þú myndir vera hjá Samana"
"I always had believed your goal was to live to be seventy"

„Ég hafði alltaf trúað því að markmið þitt væri að lifa til sjötugs"

"I thought you would keep practising those feats and exercises"

„Ég hélt að þú myndir halda áfram að æfa þessi afrek og æfingar"

"and I thought you would become a Samana"

"og ég hélt að þú myndir verða Samana"

"But behold, I had not known Govinda well enough"

„En sjá, ég hafði ekki þekkt Govindu nógu vel"

"I knew little of his heart"

„Ég vissi lítið um hjarta hans"

"So now you want to take a new path"

„Svo nú viltu fara nýja leið"

"and you want to go there where the Buddha spreads his teachings"

"og þú vilt fara þangað þar sem Búdda dreifir kenningum sínum"

Spoke Govinda, "You're mocking me"

Govinda sagði: "Þú ert að hæðast að mér"

"Mock me if you like, Siddhartha!"

"Herðu að mér ef þú vilt, Siddhartha!"

"But have you not also developed a desire to hear these teachings?"

"En hefur þú ekki líka þróað með þér löngun til að heyra þessar kenningar?"

"have you not said you would not walk the path of the Samanas for much longer?"

"hefurðu ekki sagt að þú myndir ekki ganga veg Samanas mikið lengur?"

At this, Siddhartha laughed in his very own manner

Að þessu hló Siddhartha á sinn eigin hátt

the manner in which his voice assumed a touch of sadness

hvernig rödd hans tók á sig snert af sorg

but it still had that touch of mockery

en það hafði samt þann snert af háði

Spoke Siddhartha, "Govinda, you've spoken well"
Sagði Siddhartha, „Govinda, þú hefur talað vel"
"you've remembered correctly what I said"
"þú hefur munað rétt hvað ég sagði"
"If only you remembered the other thing you've heard from me"
„Ef þú bara mundir eftir hinu sem þú hefur heyrt frá mér"
"I have grown distrustful and tired against teachings and learning"
„Ég er orðinn tortrygginn og þreyttur á kenningum og námi"
"my faith in words, which are brought to us by teachers, is small"
"Trú mín á orðum, sem kennarar koma til okkar, er lítil"
"But let's do it, my dear"
"En við skulum gera það, elskan mín"
"I am willing to listen to these teachings"
„Ég er til í að hlusta á þessar kenningar"
"though in my heart I do not have hope"
"þótt í hjarta mínu eigi ég ekki von"
"I believe that we've already tasted the best fruit of these teachings"
„Ég trúi því að við höfum þegar smakkað besta ávöxt þessara kenninga"
Spoke Govinda, "Your willingness delights my heart"
Sagði Govinda: „Fúsleiki þinn gleður hjarta mitt"
"But tell me, how should this be possible?"
"En segðu mér, hvernig ætti þetta að vera hægt?"
"How can the Gotama's teachings have already revealed their best fruit to us?"
"Hvernig geta kenningar Gotama hafa þegar opinberað bestu ávexti þeirra fyrir okkur?"
"we have not heard his words yet"
„Við höfum ekki heyrt orð hans ennþá"
Spoke Siddhartha, "Let us eat this fruit"
Sagði Siddhartha: „Við skulum borða þennan ávöxt"
"and let us wait for the rest, oh Govinda!"

"og við skulum bíða eftir restinni, ó Govinda!"
"But this fruit consists in him calling us away from the Samanas"
"En þessi ávöxtur felst í því að hann kallar okkur burt frá Samana"
"and we have already received it thanks to the Gotama!"
"og við höfum þegar fengið það þökk sé Gotama!"
"Whether he has more, let us await with calm hearts"
„Hvort sem hann hefur meira, skulum við bíða með rólegum hjörtum"

On this very same day Siddhartha spoke to the oldest Samana
Á þessum sama degi talaði Siddhartha við elstu Samana
he told him of his decision to leaves the Samanas
hann sagði honum frá ákvörðun sinni um að yfirgefa Samana
he informed the oldest one with courtesy and modesty
tilkynnti hann þeim elsta með kurteisi og hógværð
but the Samana became angry that the two young men wanted to leave him
en Samana varð reiður yfir því að tveir ungu mennirnir vildu fara frá honum
and he talked loudly and used crude words
og hann talaði hátt og notaði gróf orð
Govinda was startled and became embarrassed
Govinda brá og varð vandræðaleg
But Siddhartha put his mouth close to Govinda's ear
En Siddhartha lagði munninn nálægt eyra Govinda
"Now, I want to show the old man what I've learned from him"
„Nú vil ég sýna gamla manninum hvað ég hef lært af honum"
Siddhartha positioned himself closely in front of the Samana
Siddhartha staðsetti sig þétt fyrir framan Samana
with a concentrated soul, he captured the old man's glance
með einbeittri sál fanga hann augnaráð gamla mannsins
he deprived him of his power and made him mute

hann svipti hann valdinu og gerði hann mállausan
he took away his free will
hann tók burt frjálsan vilja sinn
he subdued him under his own will, and commanded him
hann lagði hann undir sig að eigin vilja og bauð honum
his eyes became motionless, and his will was paralysed
augu hans urðu hreyfingarlaus og viljinn lamaðist
his arms were hanging down without power
handleggir hans héngu niður án krafts
he had fallen victim to Siddhartha's spell
hann hafði orðið fórnarlamb álögum Siddhartha
Siddhartha's thoughts brought the Samana under their control
Hugsanir Siddhartha komu Samana undir stjórn þeirra
he had to carry out what they commanded
hann varð að framkvæma það sem þeir skipuðu
And thus, the old man made several bows
Og þannig gerði gamli maðurinn nokkra boga
he performed gestures of blessing
hann gerði blessunarbendingar
he spoke stammeringly a godly wish for a good journey
hann talaði stamandi guðlega ósk um góða ferð
the young men returned the good wishes with thanks
ungu mennirnir sendu góðar kveðjur með þökkum
they went on their way with salutations
fóru þeir leiðar sinnar með kveðjum
On the way, Govinda spoke again
Á leiðinni talaði Govinda aftur
"Oh Siddhartha, you have learned more from the Samanas than I knew"
„Ó Siddhartha, þú hefur lært meira af Samana en ég vissi"
"It is very hard to cast a spell on an old Samana"
„Það er mjög erfitt að galdra gamla Samana"
"Truly, if you had stayed there, you would soon have learned to walk on water"

„Sannlega, ef þú hefðir dvalið þar, hefðirðu fljótlega lært að ganga á vatni"
"I do not seek to walk on water" said Siddhartha
„Ég leitast ekki við að ganga á vatni," sagði Siddhartha
"Let old Samanas be content with such feats!"
„Leyfðu gömlu Samönum að vera sáttir við svona afrek!

Gotama

In Savathi, every child knew the name of the exalted Buddha
Í Savathi vissi hvert barn nafn hins upphafna Búdda
every house was prepared for his coming
hvert hús var búið undir komu hans
each house filled the alms-dishes of Gotama's disciples
hvert hús fyllti ölmusudiska lærisveina Gotama
Gotama's disciples were the silently begging ones
Lærisveinar Gotama voru þeir sem betluðu í hljóði
Near the town was Gotama's favourite place to stay
Nálægt bænum var uppáhaldsdvalarstaður Gotama
he stayed in the garden of Jetavana
hann dvaldi í garðinum Jetavana
the rich merchant Anathapindika had given the garden to Gotama
ríki kaupmaðurinn Anathapindika hafði gefið Gotama garðinn
he had given it to him as a gift
hann hafði gefið honum það að gjöf
he was an obedient worshipper of the exalted one
hann var hlýðinn dýrkandi hins upphafna
the two young ascetics had received tales and answers
ungu ásatrúarmennirnir tveir höfðu fengið sögur og svör
all these tales and answers pointed them to Gotama's abode
allar þessar sögur og svör bentu þeim á búsetu Gotama
they arrived in the town of Savathi
þeir komu til bæjarins Savathi
they went to the very first door of the town
þeir gengu að fyrstu dyrum bæjarins
and they begged for food at the door
ok báðu þeir matar í dyrunum
a woman offered them food
kona bauð þeim mat
and they accepted the food
og þáðu þeir matinn

Siddhartha asked the woman
spurði Siddhartha konuna
"oh charitable one, where does the Buddha dwell?"
"ó góðgerðarmaður, hvar býr Búdda?"
"we are two Samanas from the forest"
„við erum tvær Samana úr skóginum"
"we have come to see the perfected one"
„við erum komin til að sjá hinn fullkomna"
"we have come to hear the teachings from his mouth"
„við erum komnir til að heyra kenningarnar af munni hans"
Spoke the woman, "you Samanas from the forest"
Sagði konan, "þið Samana úr skóginum"
"you have truly come to the right place"
"þú ert sannarlega kominn á réttan stað"
"you should know, in Jetavana, there is the garden of Anathapindika"
„þú ættir að vita að í Jetavana er garður Anathapindika"
"that is where the exalted one dwells"
„þar býr hinn upphafni"
"there you pilgrims shall spend the night"
"þar skuluð þið pílagrímar gista"
"there is enough space for the innumerable, who flock here"
„það er nóg pláss fyrir hina óteljandi, sem flykkjast hingað"
"they too come to hear the teachings from his mouth"
„þeir koma líka til að heyra kenningar úr munni hans"
This made Govinda happy, and full of joy
Þetta gerði Govinda hamingjusama og fulla af gleði
he exclaimed, "we have reached our destination"
hrópaði hann, "við erum komin á áfangastað"
"our path has come to an end!"
"Leið okkar er á enda!"
"But tell us, oh mother of the pilgrims"
"En segðu okkur, ó móðir pílagrímanna"
"do you know him, the Buddha?"
"Þekkirðu hann, Búdda?"
"have you seen him with your own eyes?"

"hefurðu séð hann með eigin augum?"
Spoke the woman, "Many times I have seen him, the exalted one"
Konan sagði: "Mörg sinnum hef ég séð hann, hinn upphafna."
"On many days I have seen him"
„Marga daga hef ég séð hann"
"I have seen him walking through the alleys in silence"
„Ég hef séð hann ganga þögull um húsasundin"
"I have seen him wearing his yellow cloak"
„Ég hef séð hann klæðast gulu kápunni sinni"
"I have seen him presenting his alms-dish in silence"
„Ég hef séð hann bera fram ölmusuréttinn sinn í hljóði"
"I have seen him at the doors of the houses"
„Ég hef séð hann við dyr húsanna"
"and I have seen him leaving with a filled dish"
"og ég hef séð hann fara með fylltan fat"
Delightedly, Govinda listened to the woman
Glöð hlustaði Govinda á konuna
and he wanted to ask and hear much more
ok vildi hann spyrja ok heyra miklu meira
But Siddhartha urged him to walk on
En Siddhartha hvatti hann til að ganga áfram
They thanked the woman and left
Þeir þökkuðu konunni og fóru
they hardly had to ask for directions
þeir þurftu varla að spyrja til vegar
many pilgrims and monks were on their way to the Jetavana
margir pílagrímar og munkar voru á leiðinni til Jetavana
they reached it at night, so there were constant arrivals
þeir náðu þangað á nóttunni, svo það voru stöðugar komur
and those who sought shelter got it
og fengu þeir sem leituðu skjóls
The two Samanas were accustomed to life in the forest
Samanarnir tveir voru vanir lífinu í skóginum
so without making any noise they quickly found a place to stay

svo án þess að gera hávaða fundu þeir fljótt stað til að vera á
and they rested there until the morning
ok hvíldu þeir þar til morguns

At sunrise, they saw with astonishment the size of the crowd
Við sólarupprás sáu þeir með undrun hversu stór mannfjöldinn var
a great many number of believers had come
mikill fjöldi trúaðra var kominn
and a great number of curious people had spent the night here
og mikill fjöldi forvitinna manna hafði gist hér um nóttina
On all paths of the marvellous garden, monks walked in yellow robes
Á öllum slóðum hins undursamlega garðs gengu munkar í gulum skikkjum
under the trees they sat here and there, in deep contemplation
undir trjánum sátu þeir hér og þar, í djúpri íhugun
or they were in a conversation about spiritual matters
eða þeir voru í samtali um andleg málefni
the shady gardens looked like a city
skuggalegu garðarnir litu út eins og borg
a city full of people, bustling like bees
borg full af fólki, iðandi eins og býflugur
The majority of the monks went out with their alms-dish
Meirihluti munkanna fór út með ölmusuréttinn sinn
they went out to collect food for their lunch
þeir fóru út að safna mat fyrir hádegismatinn
this would be their only meal of the day
þetta væri eina máltíðin þeirra dagsins
The Buddha himself, the enlightened one, also begged in the mornings
Búdda sjálfur, sá upplýsti, bað líka á morgnana
Siddhartha saw him, and he instantly recognised him
Siddhartha sá hann og hann þekkti hann samstundis
he recognised him as if a God had pointed him out

hann þekkti hann eins og guð hefði bent honum á
He saw him, a simple man in a yellow robe
Hann sá hann, einfaldan mann í gulum skikkju
he was bearing the alms-dish in his hand, walking silently
hann bar ölmusudiskinn í hendi sér og gekk þegjandi
"Look here!" Siddhartha said quietly to Govinda
"Sjáðu hér!" Sagði Siddhartha hljóðlega við Govinda
"This one is the Buddha"
"Þessi er Búdda"
Attentively, Govinda looked at the monk in the yellow robe
Af athygli horfði Govinda á munkinn í gula skikkjunum
this monk seemed to be in no way different from any of the others
þessi munkur virtist á engan hátt vera ólíkur öðrum
but soon, Govinda also realized that this is the one
en fljótlega áttaði Govinda sig líka á því að þetta er þessi
And they followed him and observed him
Og þeir fylgdu honum og gættu hans
The Buddha went on his way, modestly and deep in his thoughts
Búdda fór leiðar sinnar, hógvær og djúpt í hugsunum sínum
his calm face was neither happy nor sad
rólegt andlit hans var hvorki glaðlegt né sorglegt
his face seemed to smile quietly and inwardly
andlit hans virtist brosa hljóðlega og innra með sér
his smile was hidden, quiet and calm
bros hans var hulið, hljóðlátt og rólegt
the way the Buddha walked somewhat resembled a healthy child
leiðin sem Búdda gekk líktist nokkuð heilbrigt barn
he walked just as all of his monks did
hann gekk eins og allir munkar hans
he placed his feet according to a precise rule
hann lagði fæturna eftir nákvæmri reglu
his face and his walk, his quietly lowered glance
andlit hans og gang, hljóðlátt niðurlægt augnaráð hans

his quietly dangling hand, every finger of it
hönd hans hljóðlega dinglandi, hvern fingur af henni
all these things expressed peace
allt þetta lýsti friði
all these things expressed perfection
allt þetta lýsti fullkomnun
he did not search, nor did he imitate
hann leitaði ekki og hermdi ekki eftir
he softly breathed inwardly an unwhithering calm
hann andaði mjúklega að innra með sér óþverrandi ró
he shone outwardly an unwhithering light
hann skein út á við óþverrandi ljós
he had about him an untouchable peace
hann hafði yfir sér ósnertanlegan frið
the two Samanas recognised him solely by the perfection of his calm
Samanarnir tveir þekktu hann eingöngu af fullkomnun ró hans
they recognized him by the quietness of his appearance
þeir þekktu hann á þögn útlits hans
the quietness in his appearance in which there was no searching
kyrrðin í útliti hans sem engin leit var í
there was no desire, nor imitation
það var engin löngun, né eftirlíking
there was no effort to be seen
það var engin viðleitni að sjá
only light and peace was to be seen in his appearance
aðeins ljós og friður var að sjá í útliti hans
"Today, we'll hear the teachings from his mouth" said Govinda
„Í dag munum við heyra kenningarnar úr munni hans," sagði Govinda
Siddhartha did not answer
Siddhartha svaraði ekki
He felt little curiosity for the teachings

Hann fann fyrir lítilli forvitni á kenningunum
he did not believe that they would teach him anything new
hann trúði ekki að þeir myndu kenna honum neitt nýtt
he had heard the contents of this Buddha's teachings again and again
hann hafði heyrt innihald kenninga þessa Búdda aftur og aftur
but these reports only represented second hand information
en þessar skýrslur táknuðu aðeins notaðar upplýsingar
But attentively he looked at Gotama's head
En af athygli horfði hann á höfuð Gotama
his shoulders, his feet, his quietly dangling hand
axlir hans, fætur hans, hljóðlega dinglandi hönd hans
it was as if every finger of this hand was of these teachings
það var eins og hver fingur þessarar handar væri af þessum kenningum
his fingers spoke of truth
fingur hans töluðu um sannleikann
his fingers breathed and exhaled the fragrance of truth
Fingur hans andaði að sér og andaði frá sér ilm sannleikans
his fingers glistened with truth
fingur hans ljómuðu af sannleika
this Buddha was truthful down to the gesture of his last finger
þessi Búdda var sannur allt að látbragði síðasta fingurs síns
Siddhartha could see that this man was holy
Siddhartha gat séð að þessi maður var heilagur
Never before, Siddhartha had venerated a person so much
Aldrei áður hafði Siddhartha virt mann eins mikið
he had never before loved a person as much as this one
hann hafði aldrei áður elskað mann eins mikið og þennan
They both followed the Buddha until they reached the town
Þeir fylgdu báðir Búdda uns þeir komust að bænum
and then they returned to their silence
og þá sneru þeir aftur til þögnarinnar
they themselves intended to abstain on this day
þeir ætluðu sjálfir að sitja hjá á þessum degi

They saw Gotama returning the food that had been given to him
Þeir sáu Gotama skila matnum sem honum hafði verið gefið
what he ate could not even have satisfied a bird's appetite
það sem hann borðaði gat ekki einu sinni seðjað lyst fugla
and they saw him retiring into the shade of the mango-trees
og þeir sáu hann fara í skugga mangótrjánna

in the evening the heat had cooled down
um kvöldið hafði hitinn kólnað
everyone in the camp started to bustle about and gathered around
allir í búðunum fóru að iðka og söfnuðust saman
they heard the Buddha teaching, and his voice
þeir heyrðu Búdda kenna og rödd hans
and his voice was also perfected
og rödd hans var líka fullkomin
his voice was of perfect calmness
rödd hans var fullkomin æðruleysi
his voice was full of peace
rödd hans var full af friði
Gotama taught the teachings of suffering
Gotama kenndi kenningar þjáningar
he taught of the origin of suffering
hann kenndi um uppruna þjáninganna
he taught of the way to relieve suffering
hann kenndi leiðina til að lina þjáningar
Calmly and clearly his quiet speech flowed on
Rólega og skýrt streymdi hljóðlát ræða hans áfram
Suffering was life, and full of suffering was the world
Þjáning var lífið og heimurinn var fullur af þjáningu
but salvation from suffering had been found
en hjálpræði frá þjáningum hafði fundist
salvation was obtained by him who would walk the path of the Buddha
hjálpræði fékkst fyrir hann sem myndi ganga veg Búdda
With a soft, yet firm voice the exalted one spoke

Með mjúkri en þó fastri rödd talaði hinn upphafni
he taught the four main doctrines
hann kenndi fjórar meginkenningarnar
he taught the eight-fold path
hann kenndi áttfaldan veg
patiently he went the usual path of the teachings
þolinmóður fór hann venjulega leið kenninganna
his teachings contained the examples
kenningar hans innihéldu dæmin
his teaching made use of the repetitions
kennsla hans nýtti sér endurtekningarnar
brightly and quietly his voice hovered over the listeners
skært og hljóðlega sveif rödd hans yfir áheyrendum
his voice was like a light
rödd hans var eins og ljós
his voice was like a starry sky
rödd hans var eins og stjörnubjartur himinn
When the Buddha ended his speech, many pilgrims stepped forward
Þegar Búdda lauk ræðu sinni stigu margir pílagrímar fram
they asked to be accepted into the community
þeir báðu um að verða teknir inn í samfélagið
they sought refuge in the teachings
þeir leituðu skjóls í kenningunum
And Gotama accepted them by speaking
Og Gotama tók við þeim með því að tala
"You have heard the teachings well"
„Þú hefur heyrt kenningar vel"
"join us and walk in holiness"
"fylgstu með okkur og göngum í heilagleika"
"put an end to all suffering"
„binda enda á allar þjáningar"
Behold, then Govinda, the shy one, also stepped forward and spoke
Sjá, þá gekk Govinda, hin feimna, fram og talaði
"I also take my refuge in the exalted one and his teachings"

„Ég leita líka skjóls hjá hinum upphafna og kenningum hans"
and he asked to be accepted into the community of his disciples
og hann bað um að verða tekinn inn í samfélag lærisveina sinna
and he was accepted into the community of Gotama's disciples
og hann var tekinn inn í samfélag lærisveina Gotama

the Buddha had retired for the night
Búdda hafði látið af störfum um nóttina
Govinda turned to Siddhartha and spoke eagerly
Govinda sneri sér að Siddhartha og talaði ákaft
"Siddhartha, it is not my place to scold you"
"Siddhartha, það er ekki minn staður til að skamma þig"
"We have both heard the exalted one"
„Við höfum bæði heyrt hinn upphafna"
"we have both perceived the teachings"
„við höfum bæði skynjað kenningarnar"
"Govinda has heard the teachings"
„Govinda hefur heyrt kenningarnar"
"he has taken refuge in the teachings"
„hann hefur leitað hælis í kenningunum"
"But, my honoured friend, I must ask you"
"En, virðulegi vinur minn, ég verð að spyrja þig"
"don't you also want to walk the path of salvation?"
"viltu ekki líka ganga hjálpræðisveginn?"
"Would you want to hesitate?"
"Viltu hika?"
"do you want to wait any longer?"
"viltu bíða lengur?"
Siddhartha awakened as if he had been asleep
Siddhartha vaknaði eins og hann hefði verið sofandi
For a long time, he looked into Govinda's face
Í langan tíma horfði hann í andlit Govindu
Then he spoke quietly, in a voice without mockery
Svo talaði hann hljóðlega, með röddu án háðs

"Govinda, my friend, now you have taken this step"
"Govinda, vinur minn, nú hefur þú tekið þetta skref"
"now you have chosen this path"
"nú hefur þú valið þessa leið"
"Always, oh Govinda, you've been my friend"
"Alltaf, ó Govinda, þú hefur verið vinur minn"
"you've always walked one step behind me"
"þú hefur alltaf gengið eitt skref á eftir mér"
"Often I have thought about you"
"Oft hef ég hugsað um þig"
"'Won't Govinda for once also take a step by himself'"
„Mun Govinda ekki einu sinni líka taka skref sjálfur""
"'won't Govinda take a step without me?'"
"'mun Govinda ekki taka skref án mín?'"
"'won't he take a step driven by his own soul?'"
"'mun hann ekki stíga skref knúin áfram af eigin sál?'"
"Behold, now you've turned into a man"
"Sjá, nú hefur þú breyst í mann"
"you are choosing your path for yourself"
"þú ert að velja þína leið sjálfur"
"I wish that you would go it up to its end"
"Ég vildi að þú myndir ganga það til enda"
"oh my friend, I hope that you shall find salvation!"
"Ó, vinur minn, ég vona að þú munt finna hjálpræði!"
Govinda, did not completely understand it yet
Govinda, skildi það ekki alveg ennþá
he repeated his question in an impatient tone
hann endurtók spurningu sína í óþolinmóðum tón
"Speak up, I beg you, my dear!"
"Talaðu upp, ég bið þig, elskan mín!"
"Tell me, since it could not be any other way"
„Segðu mér, þar sem það gæti ekki verið öðruvísi"
"won't you also take your refuge with the exalted Buddha?"
"viltu ekki líka leita skjóls hjá hinum upphafna Búdda?"
Siddhartha placed his hand on Govinda's shoulder
Siddhartha lagði hönd sína á öxl Govinda

"You failed to hear my good wish for you"
"Þú tókst ekki að heyra góða ósk mína til þín"
"I'm repeating my wish for you"
"Ég endurtek ósk mína til þín"
"I wish that you would go this path"
"Ég vildi að þú myndir fara þessa leið"
"I wish that you would go up to this path's end"
"Ég vildi að þú myndir fara upp á enda þessa leiðar"
"I wish that you shall find salvation!"
"Ég vildi að þú finnir hjálpræði!"
In this moment, Govinda realized that his friend had left him
Á þessu augnabliki áttaði Govinda að vinur hans var farinn frá honum
when he realized this he started to weep
Þegar hann áttaði sig á þessu fór hann að gráta
"Siddhartha!" he exclaimed lamentingly
"Siddhartha!" hrópaði hann harmandi
Siddhartha kindly spoke to him
Siddhartha talaði vinsamlega við hann
"don't forget, Govinda, who you are"
"Ekki gleyma, Govinda, hver þú ert"
"you are now one of the Samanas of the Buddha"
"Þú ert nú einn af Samana Búdda"
"You have renounced your home and your parents"
"Þú hefur afsalað þér heimili þínu og foreldrum þínum"
"you have renounced your birth and possessions"
"þú hefur afsalað þér fæðingu þinni og eigum"
"you have renounced your free will"
"þú hefur afsalað þér frjálsum vilja þínum"
"you have renounced all friendship"
"þú hefur afsalað þér allri vináttu"
"This is what the teachings require"
„Þetta er það sem kenningarnar krefjast"
"this is what the exalted one wants"
"þetta er það sem hinn upphafni vill"

"This is what you wanted for yourself"
„Þetta er það sem þú vildir sjálfur"
"Tomorrow, oh Govinda, I will leave you"
"Á morgun, ó Govinda, ég mun yfirgefa þig"
For a long time, the friends continued walking in the garden
Lengi vel héldu vinkonurnar áfram að ganga í garðinum
for a long time, they lay there and found no sleep
þar lágu þeir lengi og fundu engan svefn
And over and over again, Govinda urged his friend
Og aftur og aftur hvatti Govinda vin sinn
"why would you not want to seek refuge in Gotama's teachings?"
"af hverju myndirðu ekki vilja leita skjóls í kenningum Gotama?"
"what fault could you find in these teachings?"
"hvaða galla gætirðu fundið í þessum kenningum?"
But Siddhartha turned away from his friend
En Siddhartha sneri sér frá vini sínum
every time he said, "Be content, Govinda!"
í hvert skipti sem hann sagði: "Vertu sátt, Govinda!"
"Very good are the teachings of the exalted one"
„Mjög góðar eru kenningar hins upphafna"
"how could I find a fault in his teachings?"
"hvernig gat ég fundið galla í kenningum hans?"

it was very early in the morning
það var mjög snemma morguns
one of the oldest monks went through the garden
einn af elstu munkunum fór um garðinn
he called to those who had taken their refuge in the teachings
kallaði hann til þeirra, sem sótt höfðu skjól í kenningunum
he called them to dress them up in the yellow robe
kallaði hann þá til að klæða þá í gula skikkjuna
and he instruct them in the first teachings and duties of their position

og hann leiðbeinir þeim um fyrstu kenningar og skyldur stöðu þeirra

Govinda once again embraced his childhood friend
Govinda faðmaði enn og aftur æskuvin sinn
and then he left with the novices
og svo fór hann með nýliðana
But Siddhartha walked through the garden, lost in thought
En Siddhartha gekk í gegnum garðinn, týnd í hugsun
Then he happened to meet Gotama, the exalted one
Svo hitti hann Gotama, hinn upphafna
he greeted him with respect
hann heilsaði honum með virðingu
the Buddha's glance was full of kindness and calm
Augnaráð Búdda var fullt af góðvild og ró
the young man summoned his courage
kallaði ungi maðurinn hugrekki sitt
he asked the venerable one for the permission to talk to him
hann bað hinn virðulega um leyfi til að tala við sig
Silently, the exalted one nodded his approval
Hljótt kinkaði hinn upphafni kolli til samþykkis
Spoke Siddhartha, "Yesterday, oh exalted one"
Sagði Siddhartha, „Í gær, ó upphafni maður"
"I had been privileged to hear your wondrous teachings"
„Ég hafði verið þeirra forréttinda að heyra dásamlegar kenningar þínar"
"Together with my friend, I had come from afar, to hear your teachings"
"Ásamt vini mínum var ég kominn úr fjarska til að heyra kenningar þínar"
"And now my friend is going to stay with your people"
"Og nú ætlar vinur minn að vera hjá fólkinu þínu"
"he has taken his refuge with you"
„hann hefur leitað skjóls hjá þér"
"But I will again start on my pilgrimage"
„En ég mun aftur byrja í pílagrímsferð minni"
"As you please," the venerable one spoke politely

„Eins og þér þóknast," sagði sá virðulegi kurteislega
"Too bold is my speech," Siddhartha continued
„Of djörf er ræða mín," hélt Siddhartha áfram
"but I do not want to leave the exalted on this note"
"en ég vil ekki skilja hina upphafna eftir á þessum nótum"
"I want to share with the most venerable one my honest thoughts"
„Ég vil deila með þeim virðulegasta manneskju sem ég hugsa um"
"Does it please the venerable one to listen for one moment longer?"
"Er það þóknast hinum virðulega að hlusta eina stund lengur?"
Silently, the Buddha nodded his approval
Þögul kinkaði Búdda kolli til samþykkis
Spoke Siddhartha, "oh most venerable one"
Sagði Siddhartha, „ó virðulegasti maður"
"there is one thing I have admired in your teachings most of all"
"Það er eitt sem ég hef dáðst að í kenningum þínum mest af öllu"
"Everything in your teachings is perfectly clear"
„Allt í kenningum þínum er fullkomlega skýrt"
"what you speak of is proven"
"það sem þú talar um er sannað"
"you are presenting the world as a perfect chain"
"þú ert að kynna heiminn sem fullkomna keðju"
"a chain which is never and nowhere broken"
"keðja sem er aldrei og hvergi rofin"
"an eternal chain the links of which are causes and effects"
"Eilíf keðja sem hlekkir eru orsakir og afleiðingar"
"Never before, has this been seen so clearly"
„Aldrei áður, hefur þetta sést jafn skýrt"
"never before, has this been presented so irrefutably"
„aldrei áður, hefur þetta verið sett fram svo óhrekjanlegt"

"truly, the heart of every Brahman has to beat stronger with love"
"Sannlega, hjarta hvers Brahman verður að slá sterkara af ást"
"he has seen the world through your perfectly connected teachings"
„hann hefur séð heiminn í gegnum fullkomlega tengdar kenningar þínar"
"without gaps, clear as a crystal"
"án bila, tær eins og kristal"
"not depending on chance, not depending on Gods"
"ekki háð tilviljun, ekki háð guði"
"he has to accept it whether it may be good or bad"
„hann verður að sætta sig við það hvort sem það er gott eða slæmt"
"he has to live by it whether it would be suffering or joy"
„hann verður að lifa eftir því hvort sem það er þjáning eða gleði"
"but I do not wish to discuss the uniformity of the world"
"en ég vil ekki ræða einsleitni heimsins"
"it is possible that this is not essential"
„það er mögulegt að þetta sé ekki nauðsynlegt"
"everything which happens is connected"
"allt sem gerist tengist"
"the great and the small things are all encompassed"
„stóra og smáa er allt umvefið"
"they are connected by the same forces of time"
"þeir eru tengdir af sömu tímaöflunum"
"they are connected by the same law of causes"
„þeir eru tengdir sama lögmáli orsaka"
"the causes of coming into being and of dying"
"orsakir verða til og deyja"
"this is what shines brightly out of your exalted teachings"
"þetta er það sem skín skært út úr upphafnum kenningum þínum"
"But, according to your very own teachings, there is a small gap"

„En samkvæmt þinni eigin kenningu er lítið bil"
"this unity and necessary sequence of all things is broken in one place"
"þessi eining og nauðsynlega röð allra hluta er rofin á einum stað"
"this world of unity is invaded by something alien"
"þessi heimur einingar er ráðist inn af einhverju framandi"
"there is something new, which had not been there before"
"það er eitthvað nýtt, sem hafði ekki verið þar áður"
"there is something which cannot be demonstrated"
"það er eitthvað sem ekki er hægt að sýna fram á"
"there is something which cannot be proven"
"það er eitthvað sem ekki er hægt að sanna"
"these are your teachings of overcoming the world"
"þetta eru kenningar þínar um að sigra heiminn"
"these are your teachings of salvation"
"þetta eru kenningar þínar um hjálpræði"
"But with this small gap, the eternal breaks apart again"
"En með þessu litla bili brotnar hið eilífa í sundur aftur"
"with this small breach, the law of the world becomes void"
„með þessu litla broti verður lögmál heimsins ógilt"
"Please forgive me for expressing this objection"
„Vinsamlegast fyrirgefðu mér að hafa lýst þessum andmælum"
Quietly, Gotama had listened to him, unmoved
Í hljóði hafði Gotama hlustað á hann, óhreyfður
Now he spoke, the perfected one, with his kind and polite clear voice
Nú talaði hann, hinn fullkomni, með sinni góðu og kurteislegu skýru röddu
"You've heard the teachings, oh son of a Brahman"
„Þú hefur heyrt kenningarnar, ó sonur Brahmans"
"and good for you that you've thought about it this deeply"
"og gott fyrir þig að þú hafir hugsað þetta djúpt"
"You've found a gap in my teachings, an error"
„Þú hefur fundið skarð í kenningum mínum, villu"

"You should think about this further"
„Þú ættir að hugsa þetta betur"
"But be warned, oh seeker of knowledge, of the thicket of opinions"
„En vertu varaður, ó þekkingarleitandi, við þykkni skoðana"
"be warned of arguing about words"
"varað þig við að rífast um orð"
"There is nothing to opinions"
„Það er ekkert við skoðanir"
"they may be beautiful or ugly"
"þau geta verið falleg eða ljót"
"opinions may be smart or foolish"
"skoðanir geta verið gáfulegar eða heimskulegar"
"everyone can support opinions, or discard them"
"allir geta stutt skoðanir eða hent þeim"
"But the teachings, you've heard from me, are no opinion"
"En kenningarnar, sem þú hefur heyrt frá mér, eru engin skoðun"
"their goal is not to explain the world to those who seek knowledge"
„Markmið þeirra er ekki að útskýra heiminn fyrir þeim sem leita þekkingar"
"They have a different goal"
„Þeir hafa annað markmið"
"their goal is salvation from suffering"
„Markmið þeirra er hjálpræði frá þjáningum"
"This is what Gotama teaches, nothing else"
„Þetta er það sem Gotama kennir, ekkert annað"
"I wish that you, oh exalted one, would not be angry with me" said the young man
„Ég vildi óska þess að þú, ó háleiti, værir ekki reiður við mig," sagði ungi maðurinn
"I have not spoken to you like this to argue with you"
„Ég hef ekki talað svona við þig til að rífast við þig"
"I do not wish to argue about words"
„Ég vil ekki deila um orð"

"You are truly right, there is little to opinions"
„Það er svo sannarlega rétt hjá þér, það er lítið um skoðanir"
"But let me say one more thing"
„En ég skal segja eitt enn"
"I have not doubted in you for a single moment"
"Ég hef ekki efast í þér eitt augnablik"
"I have not doubted for a single moment that you are Buddha"
"Ég hef ekki efast eitt augnablik um að þú sért Búdda"
"I have not doubted that you have reached the highest goal"
"Ég hef ekki efast um að þú hafir náð hæsta markmiði"
"the highest goal towards which so many Brahmans are on their way"
"æðsta markmiðið sem svo margir Brahmanar eru á leiðinni að"
"You have found salvation from death"
"Þú hefur fundið hjálpræði frá dauðanum"
"It has come to you in the course of your own search"
"Það hefur komið til þín í þinni eigin leit"
"it has come to you on your own path"
"það hefur komið til þín á þinni eigin braut"
"it has come to you through thoughts and meditation"
"það hefur komið til þín í gegnum hugsanir og hugleiðslu"
"it has come to you through realizations and enlightenment"
"það hefur komið til þín í gegnum skilning og uppljómun"
"but it has not come to you by means of teachings!"
"en það hefur ekki komið til þín með kenningum!"
"And this is my thought"
"Og þetta er mín hugsun"
"nobody will obtain salvation by means of teachings!"
"enginn mun öðlast hjálpræði með kenningum!"
"You will not be able to convey your hour of enlightenment"
„Þú munt ekki geta komið á framfæri þinni uppljómunarstund"
"words of what has happened to you won't convey the moment!"

"Orð um það sem hefur komið fyrir þig munu ekki segja augnablikinu!"
"The teachings of the enlightened Buddha contain much"
„Kenningar hins upplýsta Búdda innihalda margt"
"it teaches many to live righteously"
„það kennir mörgum að lifa réttlátt"
"it teaches many to avoid evil"
"það kennir mörgum að forðast hið illa"
"But there is one thing which these teachings do not contain"
"En það er eitt sem þessar kenningar innihalda ekki"
"they are clear and venerable, but the teachings miss something"
„þau eru skýr og virðuleg, en kenningar vantar eitthvað"
"the teachings do not contain the mystery"
"kenningarnar innihalda ekki leyndardóminn"
"the mystery of what the exalted one has experienced for himself"
"leyndardómurinn um það sem hinn upphafni hefur upplifað sjálfur"
"among hundreds of thousands, only he experienced it"
„meðal hundruða þúsunda var það bara hann sem upplifði það"
"This is what I have thought and realized, when I heard the teachings"
„Þetta er það sem ég hef hugsað og áttað mig á þegar ég heyrði kenningarnar"
"This is why I am continuing my travels"
„Þess vegna held ég áfram ferðum mínum"
"this is why I do not to seek other, better teachings"
„þess vegna á ég ekki að leita annarra, betri kenninga"
"I know there are no better teachings"
„Ég veit að það eru engar betri kenningar"
"I leave to depart from all teachings and all teachers"
„Ég fer að hverfa frá öllum kenningum og öllum kennurum"
"I leave to reach my goal by myself, or to die"
„Ég fer til að ná markmiði mínu sjálfur, eða til að deyja"

"But often, I'll think of this day, oh exalted one"
„En oft mun ég hugsa um þennan dag, ó upphafni maður"
"and I'll think of this hour, when my eyes beheld a holy man"
"og ég mun hugsa um þessa stundu, þegar augu mín sáu heilagan mann"
The Buddha's eyes quietly looked to the ground
Augu Búdda horfðu hljóðlega til jarðar
quietly, in perfect equanimity, his inscrutable face was smiling
hljóðlega, í fullkomnu jafnaðargeði, brosti hið órannsakanlega andlit hans
the venerable one spoke slowly
hinn virðulegi talaði hægt
"I wish that your thoughts shall not be in error"
"Ég vildi að hugsanir þínar séu ekki í villu"
"I wish that you shall reach the goal!"
"Ég óska þess að þú náir takmarkinu!"
"But there is something I ask you to tell me"
"En það er eitthvað sem ég bið þig um að segja mér"
"Have you seen the multitude of my Samanas?"
"Hefurðu séð fjöldann af Samana mínum?"
"they have taken refuge in the teachings"
"þeir hafa leitað hælis í kenningunum"
"do you believe it would be better for them to abandon the teachings?"
"trúirðu að það væri betra fyrir þá að yfirgefa kenningarnar?"
"should they to return into the world of desires?"
"Eiga þeir að snúa aftur inn í heim langana?"
"Far is such a thought from my mind" exclaimed Siddhartha
„Fjarri er slík hugsun frá mínum huga," hrópaði Siddhartha
"I wish that they shall all stay with the teachings"
"Ég óska þess að þeir haldist allir við kenningarnar"
"I wish that they shall reach their goal!"
"Ég óska þess að þeir nái takmarki sínu!"
"It is not my place to judge another person's life"

„Það er ekki minn staður að dæma líf annars manns"
"I can only judge my own life "
„Ég get bara dæmt mitt eigið líf"
"I must decide, I must chose, I must refuse"
„Ég verð að ákveða, ég verð að velja, ég verð að neita"
"Salvation from the self is what we Samanas search for"
"Hjálpræði frá sjálfinu er það sem við Samana leitum að"
"oh exalted one, if only I were one of your disciples"
"ó upphafni, ef ég væri einn af lærisveinum þínum"
"I'd fear that it might happen to me"
„Ég óttast að það gæti komið fyrir mig"
"only seemingly, would my self be calm and be redeemed"
„aðeins að því er virðist, myndi ég vera róleg og verða endurleyst"
"but in truth it would live on and grow"
"en í sannleika myndi það lifa áfram og vaxa"
"because then I would replace my self with the teachings"
"því þá myndi ég skipta sjálfum mér út fyrir kenningarnar"
"my self would be my duty to follow you"
"Ég væri skylda mín að fylgja þér"
"my self would be my love for you"
"Ég myndi vera ástin mín fyrir þig"
"and my self would be the community of the monks!"
"og ég væri samfélag munkanna!"
With half of a smile Gotama looked into the stranger's eyes
Með hálfu brosi horfði Gotama í augu ókunnuga mannsins
his eyes were unwaveringly open and kind
augu hans voru óbilandi opin og góð
he bid him to leave with a hardly noticeable gesture
hann bauð honum að fara með varla áberandi látbragði
"You are wise, oh Samana" the venerable one spoke
„Þú ert vitur, ó Samana," sagði sú virðulega
"You know how to talk wisely, my friend"
"Þú veist hvernig á að tala skynsamlega, vinur minn"
"Be aware of too much wisdom!"
"Vertu meðvitaður um of mikla visku!"

The Buddha turned away
Búdda sneri sér undan
Siddhartha would never forget his glance
Siddhartha myndi aldrei gleyma augnaráði sínu
his half smile remained forever etched in Siddhartha's memory
Hálft bros hans var að eilífu greypt í minningu Siddhartha
Siddhartha thought to himself
hugsaði Siddhartha með sjálfum sér
"I have never before seen a person glance and smile this way"
„Ég hef aldrei áður séð mann líta og brosa svona"
"no one else sits and walks like he does"
"enginn annar situr og gengur eins og hann"
"truly, I wish to be able to glance and smile this way"
"Sannlega, ég vil geta litið og brosað svona"
"I wish to be able to sit and walk this way, too"
„Ég vil líka geta setið og gengið þessa leið"
"liberated, venerable, concealed, open, childlike and mysterious"
"frelsaður, virðulegur, hulinn, opinn, barnslegur og dularfullur"
"he must have succeeded in reaching the innermost part of his self"
„honum hlýtur að hafa tekist að ná innsta hluta sjálfs síns"
"only then can someone glance and walk this way"
„aðeins þá getur einhver horft á og gengið þessa leið"
"I will also seek to reach the innermost part of my self"
„Ég mun líka leitast við að ná innsta hluta sjálfs míns"
"I saw a man" Siddhartha thought
„Ég sá mann," hugsaði Siddhartha
"a single man, before whom I would have to lower my glance"
„einhleypur maður, sem ég þyrfti að draga úr augnaráðinu"
"I do not want to lower my glance before anyone else"
„Ég vil ekki lækka augnaráðið á undan neinum öðrum"

"No teachings will entice me more anymore"
„Engar kenningar munu tæla mig lengur"
"because this man's teachings have not enticed me"
„því að kenningar þessa manns hafa ekki tælt mig"
"I am deprived by the Buddha" thought Siddhartha
„Ég er sviptur Búdda," hugsaði Siddhartha
"I am deprived, although he has given so much"
„Ég er sviptur, þó hann hafi gefið svo mikið"
"he has deprived me of my friend"
„hann hefur svipt mig vini mínum"
"my friend who had believed in me"
"vinur minn sem hafði trúað á mig"
"my friend who now believes in him"
"vinur minn sem nú trúir á hann"
"my friend who had been my shadow"
"vinur minn sem hafði verið skugginn minn"
"and now he is Gotama's shadow"
"og nú er hann skuggi Gotama"
"but he has given me Siddhartha"
"en hann hefur gefið mér Siddhartha"
"he has given me myself"
„hann hefur gefið mér sjálfan mig"

Awakening
Vakning

Siddhartha left the mango grove behind him
Siddhartha skildi mangólundinn eftir sig
but he felt his past life also stayed behind
en honum fannst fyrra líf sitt líka vera eftir
the Buddha, the perfected one, stayed behind
Búdda, hinn fullkomni, varð eftir
and Govinda stayed behind too
og Govinda varð eftir líka
and his past life had parted from him
og fyrra líf hans hafði skilið við hann
he pondered as he was walking slowly
hugleiddi hann um leið og hann gekk hægt
he pondered about this sensation, which filled him completely
hann velti fyrir sér þessari tilfinningu, sem fyllti hann alveg
He pondered deeply, like diving into a deep water
Hann hugleiddi djúpt, eins og að kafa í djúpt vatn
he let himself sink down to the ground of the sensation
hann lét sig sökkva niður til jarðar skynjunarinnar
he let himself sink down to the place where the causes lie
hann lét sökkva sér niður þar sem orsakirnar liggja
to identify the causes is the very essence of thinking
að bera kennsl á orsakir er kjarni hugsunar
this was how it seemed to him
svona sýndist honum þetta
and by this alone, sensations turn into realizations
og með þessu einu breytast skynjun í skilning
and these sensations are not lost
og þessar tilfinningar glatast ekki
but the sensations become entities
en skynjunin verður að einingar
and the sensations start to emit what is inside of them
og skynjunin byrjar að gefa frá sér það sem er innra með þeim
they show their truths like rays of light

þeir sýna sannleika sinn eins og ljósgeislar
Slowly walking along, Siddhartha pondered
Siddhartha gekk hægt og rólega með
He realized that he was no youth any more
Hann áttaði sig á því að hann var ekki lengur unglingur
he realized that he had turned into a man
hann áttaði sig á því að hann hafði breyst í mann
He realized that something had left him
Hann áttaði sig á því að eitthvað hafði yfirgefið hann
the same way a snake is left by its old skin
á sama hátt og snákur er skilinn eftir af gömlu skinninu
what he had throughout his youth no longer existed in him
það sem hann átti alla sína æsku var ekki lengur til í honum
it used to be a part of him; the wish to have teachers
það var áður hluti af honum; ósk um að hafa kennara
the wish to listen to teachings
löngun til að hlusta á kenningar
He had also left the last teacher who had appeared on his path
Hann hafði líka yfirgefið síðasta kennarann sem hafði birst á vegi hans
he had even left the highest and wisest teacher
hann hafði jafnvel yfirgefið æðsta og vitrasta kennarann
he had left the most holy one, Buddha
hann hafði yfirgefið hinn allra helgasta, Búdda
he had to part with him, unable to accept his teachings
hann varð að skilja við hann, ófær um að samþykkja kenningar hans
Slower, he walked along in his thoughts
Hann gekk hægar áfram í hugsunum sínum
and he asked himself, "But what is this?"
og hann spurði sjálfan sig: "En hvað er þetta?"
"what have you sought to learn from teachings and from teachers?"
"hvað hefur þú reynt að læra af kennslu og af kennurum?"
"and what were they, who have taught you so much?"

"og hvað voru þeir, sem hafa kennt þér svo mikið?"
"what are they if they have been unable to teach you?"
"hvað eru þeir ef þeir hafa ekki getað kennt þér?"
And he found, "It was the self"
Og hann fann: "Það var sjálfið"
"it was the purpose and essence of which I sought to learn"
„það var tilgangurinn og kjarninn sem ég reyndi að læra"
"It was the self I wanted to free myself from"
„Það var sjálfið sem ég vildi losa mig við"
"the self which I sought to overcome"
„sjálfið sem ég reyndi að sigrast á"
"But I was not able to overcome it"
„En ég gat ekki sigrast á því"
"I could only deceive it"
„Ég gæti bara blekkt það"
"I could only flee from it"
„Ég gæti bara flúið það"
"I could only hide from it"
„Ég gæti aðeins falið mig fyrir því"
"Truly, no thing in this world has kept my thoughts so busy"
„Sannlega, ekkert í þessum heimi hefur haldið hugsunum mínum svona uppteknum"
"I have been kept busy by the mystery of me being alive"
„Mér hefur verið haldið uppteknum af leyndardóminum um að ég sé á lífi"
"the mystery of me being one"
"leyndardómurinn um að ég sé einn"
"the mystery if being separated and isolated from all others"
„leyndardómurinn að vera aðskilinn og einangraður frá öllum öðrum"
"the mystery of me being Siddhartha!"
"leyndardómurinn um að ég sé Siddhartha!"
"And there is no thing in this world I know less about"
„Og það er ekkert í þessum heimi sem ég veit minna um"
he had been pondering while slowly walking along

hann hafði verið að velta fyrir sér meðan hann gekk hægt meðfram

he stopped as these thoughts caught hold of him
hann hætti þegar þessar hugsanir náðu tökum á honum
and right away another thought sprang forth from these thoughts
og þegar í stað spratt önnur hugsun af þessum hugsunum
"there's one reason why I know nothing about myself"
"það er ein ástæða fyrir því að ég veit ekkert um sjálfan mig"
"there's one reason why Siddhartha has remained alien to me"
„Það er ein ástæða fyrir því að Siddhartha hefur verið mér framandi"
"all of this stems from one cause"
„allt stafar þetta af einum orsök"
"I was afraid of myself, and I was fleeing"
„Ég var hræddur við sjálfan mig og ég var á flótta"
"I have searched for both Atman and Brahman"
„Ég hef leitað að bæði Atman og Brahman"
"for this I was willing to dissect my self"
"fyrir þetta var ég til í að kryfja sjálfan mig"
"and I was willing to peel off all of its layers"
"og ég var til í að fletta af öllum lögum þess"
"I wanted to find the core of all peels in its unknown interior"
„Mig langaði að finna kjarna allra hýða í óþekktum innviðum þess"
"the Atman, life, the divine part, the ultimate part"
„Atman, lífið, hinn guðdómlegi hluti, hinn fullkomni hluti"
"But I have lost myself in the process"
„En ég hef misst mig í ferlinu"
Siddhartha opened his eyes and looked around
Siddhartha opnaði augun og leit í kringum sig
looking around, a smile filled his face
leit í kringum sig, bros fyllti andlit hans

a feeling of awakening from long dreams flowed through him
tilfinning um að vakna af löngum draumum streymdi um hann
the feeling flowed from his head down to his toes
tilfinningin streymdi frá höfðinu niður á tærnar
And it was not long before he walked again
Og ekki leið á löngu þar til hann gekk aftur
he walked quickly, like a man who knows what he has got to do
hann gekk hratt, eins og maður sem veit hvað hann á að gera
"**now I will not let Siddhartha escape from me again!**"
"Nú mun ég ekki láta Siddhartha flýja frá mér aftur!"
"**I no longer want to begin my thoughts and my life with Atman**"
„Ég vil ekki lengur byrja hugsanir mínar og líf mitt með Atman"
"**nor do I want to begin my thoughts with the suffering of the world**"
„Ég vil heldur ekki byrja hugsanir mínar á þjáningu heimsins"
"**I do not want to kill and dissect myself any longer**"
„Ég vil ekki drepa mig og kryfja mig lengur"
"**Yoga-Veda shall not teach me anymore**"
"Yoga-Veda skal ekki kenna mér lengur"
"**nor Atharva-Veda, nor the ascetics**"
„né Atharva-Veda, né ásatrúarmenn"
"**there will not be any kind of teachings**"
„það verða ekki neinar kenningar"
"**I want to learn from myself and be my student**"
„Ég vil læra af sjálfum mér og vera nemandi minn"
"**I want to get to know myself; the secret of Siddhartha**"
"Ég vil kynnast sjálfum mér; leyndarmál Siddhartha"

He looked around, as if he was seeing the world for the first time
Hann leit í kringum sig, eins og hann væri að sjá heiminn í fyrsta skipti

Beautiful and colourful was the world
Fallegur og litríkur var heimurinn
strange and mysterious was the world
undarlegur og dularfullur var heimurinn
Here was blue, there was yellow, here was green
Hér var blátt, það var gult, hér var grænt
the sky and the river flowed
himinn og áin rann
the forest and the mountains were rigid
skógurinn og fjöllin voru stirð
all of the world was beautiful
allur heimurinn var fallegur
all of it was mysterious and magical
allt var þetta dularfullt og töfrandi
and in its midst was he, Siddhartha, the awakening one
og á meðal þess var hann, Siddhartha, sá sem vaknaði
and he was on the path to himself
og hann var á leiðinni til sjálfs sín
all this yellow and blue and river and forest entered Siddhartha
allt þetta gula og bláa og áin og skógurinn fór inn í Siddhartha
for the first time it entered through the eyes
í fyrsta skipti kom það inn í gegnum augun
it was no longer a spell of Mara
það var ekki lengur álög Mara
it was no longer the veil of Maya
það var ekki lengur blæja Maya
it was no longer a pointless and coincidental
það var ekki lengur tilgangslaust og tilviljun
things were not just a diversity of mere appearances
hlutirnir voru ekki bara fjölbreytni af útliti
appearances despicable to the deeply thinking Brahman
framkoma fyrirlitlegs fyrir djúpt hugsandi Brahman
the thinking Brahman scorns diversity, and seeks unity
hinn hugsandi Brahman fyrirlítur fjölbreytileikann og leitar eftir einingu

Blue was blue and river was river
Blár var blár og á var fljót
the singular and divine lived hidden in Siddhartha
hið einstaka og guðlega lifði falið í Siddhartha
divinity's way and purpose was to be yellow here, and blue there
leið og tilgangur guðdómsins var að vera gulur hér og blár þar
there sky, there forest, and here Siddhartha
þar himinn, þar skógur, og hér Siddhartha
The purpose and essential properties was not somewhere behind the things
Tilgangurinn og nauðsynlegir eiginleikar voru ekki einhvers staðar á bak við hlutina
the purpose and essential properties was inside of everything
tilgangurinn og nauðsynlegir eiginleikar voru inni í öllu
"How deaf and stupid have I been!" he thought
"Hversu heyrnarlaus og heimskur hef ég verið!" hugsaði hann
and he walked swiftly along
og hann gekk hratt áfram
"When someone reads a text he will not scorn the symbols and letters"
„Þegar einhver les texta mun hann ekki fyrirlíta táknin og stafina"
"he will not call the symbols deceptions or coincidences"
„hann mun ekki kalla táknin blekkingar eða tilviljanir"
"but he will read them as they were written"
„en hann mun lesa þau eins og þau voru rituð"
"he will study and love them, letter by letter"
„hann mun læra og elska þá, staf fyrir staf"
"I wanted to read the book of the world and scorned the letters"
„Mig langaði til að lesa bók heimsins og fyrirleit stafina"
"I wanted to read the book of myself and scorned the symbols"
„Mig langaði að lesa bókina um sjálfan mig og fyrirleit táknin"

"I called my eyes and my tongue coincidental"
„Ég kallaði augun og tunguna mína tilviljun"
"I said they were worthless forms without substance"
„Ég sagði að þær væru einskis virði form án efnis"
"No, this is over, I have awakened"
"Nei, þetta er búið, ég er vaknaður"
"I have indeed awakened"
„Ég hef sannarlega vaknað"
"I had not been born before this very day"
„Ég hafði ekki fæðst fyrir þennan dag"
In thinking these thoughts, Siddhartha suddenly stopped once again
Þegar Siddhartha hugsaði þessar hugsanir hætti hann skyndilega aftur
he stopped as if there was a snake lying in front of him
hann stoppaði eins og það lægi snákur fyrir framan hann
suddenly, he had also become aware of something else
allt í einu hafði hann líka orðið var við eitthvað annað
He was indeed like someone who had just woken up
Hann var svo sannarlega eins og einhver sem var nývaknaður
he was like a new-born baby starting life anew
hann var eins og nýfætt barn sem byrjaði lífið að nýju
and he had to start again at the very beginning
og hann varð að byrja aftur strax í byrjun
in the morning he had had very different intentions
um morguninn hafði hann haft allt annan hug
he had thought to return to his home and his father
hann hafði hugsað sér að snúa aftur til heimilis síns og föður síns
But now he stopped as if a snake was lying on his path
En nú stoppaði hann eins og snákur lægi á vegi hans
he made a realization of where he was
hann gerði sér grein fyrir því hvar hann var
"I am no longer the one I was"
„Ég er ekki lengur sá sem ég var"
"I am no ascetic anymore"

„Ég er enginn ásatrúarmaður lengur"
"I am not a priest anymore"
„Ég er ekki prestur lengur"
"I am no Brahman anymore"
„Ég er enginn Brahman lengur"
"Whatever should I do at my father's place?"
"Hvað ætti ég að gera hjá föður mínum?"
"Study? Make offerings? Practise meditation?"
"Nám? Gerðu fórnir? Æfðu hugleiðslu?"
"But all this is over for me"
„En allt þetta er búið hjá mér"
"all of this is no longer on my path"
"allt þetta er ekki lengur á vegi mínum"
Motionless, Siddhartha remained standing there
Þar stóð Siddhartha hreyfingarlaus
and for the time of one moment and breath, his heart felt cold
og í eina stund og andardrátt var hjarta hans kalt
he felt a coldness in his chest
hann fann til kulda í brjósti sér
the same feeling a small animal feels when it sees how alone it is
sömu tilfinningu og lítið dýr finnur þegar það sér hversu eitt það er
For many years, he had been without home and had felt nothing
Í mörg ár hafði hann verið án heimilis og ekki fundið fyrir neinu
Now, he felt he had been without a home
Nú fannst honum hann hafa verið án heimilis
Still, even in the deepest meditation, he had been his father's son
Samt, jafnvel í dýpstu hugleiðslu, hafði hann verið sonur föður síns
he had been a Brahman, of a high caste
hann hafði verið Brahman, af háum stétt

he had been a cleric
hann hafði verið klerkur
Now, he was nothing but Siddhartha, the awoken one
Nú var hann ekkert nema Siddhartha, hinn vakni
nothing else was left of him
ekkert annað var eftir af honum
Deeply, he inhaled and felt cold
Hann andaði djúpt að sér og var kalt
a shiver ran through his body
hrollur fór um líkama hans
Nobody was as alone as he was
Enginn var eins einn og hann
There was no nobleman who did not belong to the noblemen
Það var enginn aðalsmaður sem ekki tilheyrði aðalsmönnum
there was no worker that did not belong to the workers
það var enginn verkamaður sem ekki tilheyrði verkamönnum
they had all found refuge among themselves
þeir höfðu allir fundið athvarf sín á milli
they shared their lives and spoke their languages
þeir deildu lífi sínu og töluðu tungumálin sín
there are no Brahman who would not be regarded as Brahmans
það eru engir Brahmanar sem ekki væri litið á sem Brahmanar
and there are no Brahmans that didn't live as Brahmans
og það eru engir Brahmanar sem lifðu ekki sem Brahmanar
there are no ascetic who could not find refuge with the Samanas
það eru engir ásatrúarmenn sem gætu ekki fundið skjól hjá Samana
and even the most forlorn hermit in the forest was not alone
og jafnvel ömurlegasti einsetumaðurinn í skóginum var ekki einn
he was also surrounded by a place he belonged to
hann var líka umkringdur stað sem hann átti heima
he also belonged to a caste in which he was at home

hann tilheyrði líka stétt sem hann var heima í
Govinda had left him and became a monk
Govinda hafði yfirgefið hann og varð munkur
and a thousand monks were his brothers
og þúsund munkar voru bræður hans
they wore the same robe as him
þeir báru sömu skikkju og hann
they believed in his faith and spoke his language
þeir trúðu á trú hans og töluðu tungu hans
But he, Siddhartha, where did he belong to?
En hann, Siddhartha, hvar tilheyrði hann?
With whom would he share his life?
Með hverjum myndi hann deila lífi sínu?
Whose language would he speak?
Hvers tungumál myndi hann tala?
the world melted away all around him
heimurinn bráðnaði allt í kringum hann
he stood alone like a star in the sky
hann stóð einn eins og stjarna á himni
cold and despair surrounded him
kuldi og örvænting umkringdi hann
but Siddhartha emerged out of this moment
en Siddhartha kom út úr þessu augnabliki
Siddhartha emerged more his true self than before
Siddhartha kom meira fram sem sitt sanna sjálf en áður
he was more firmly concentrated than he had ever been
hann var einbeittari en hann hafði nokkru sinni verið
He felt; "this had been the last tremor of the awakening"
Honum fannst; „þetta hafði verið síðasti skjálftinn í vökunni"
"the last struggle of this birth"
„síðasta barátta þessarar fæðingar"
And it was not long until he walked again in long strides
Og ekki leið á löngu þar til hann gekk aftur í löngum skrefum
he started to proceed swiftly and impatiently
hann fór að halda áfram hratt og óþolinmóð
he was no longer going home

hann ætlaði ekki lengur heim
he was no longer going to his father
hann ætlaði ekki lengur til föður síns

Part Two
Part Two

***

Kamala

Siddhartha learned something new on every step of his path
Siddhartha lærði eitthvað nýtt á hverju skrefi á vegi hans
because the world was transformed and his heart was enchanted
því heimurinn var umbreyttur og hjarta hans heillaðist
He saw the sun rising over the mountains
Hann sá sólina rísa yfir fjöllin
and he saw the sun setting over the distant beach
og hann sá sólina setjast yfir fjarlægri ströndinni
At night, he saw the stars in the sky in their fixed positions
Á nóttunni sá hann stjörnurnar á himninum á föstum stöðum
and he saw the crescent of the moon floating like a boat in the blue
og hann sá hálfmáninn fljóta eins og bátur í bláu
He saw trees, stars, animals, and clouds
Hann sá tré, stjörnur, dýr og ský
rainbows, rocks, herbs, flowers, streams and rivers
regnboga, steina, jurtir, blóm, læki og ár
he saw the glistening dew in the bushes in the morning
hann sá glampandi dögg í runnum á morgnana
he saw distant high mountains which were blue
hann sá fjarlæg há fjöll sem voru blá
wind blew through the rice-field
vindur blés í gegnum hrísgrjónavöllinn
all of this, a thousand-fold and colourful, had always been there
allt þetta, þúsundfalt og litríkt, hafði alltaf verið til staðar
the sun and the moon had always shone
sólin og tunglið höfðu alltaf skinið
rivers had always roared and bees had always buzzed

ár höfðu alltaf grenjað og býflugur höfðu alltaf suðrað
but in former times all of this had been a deceptive veil
en fyrr á tímum hafði þetta allt verið villandi blæja
to him it had been nothing more than fleeting
honum hafði það ekki verið annað en hverfult
it was supposed to be looked upon in distrust
það átti að líta á það með vantrausti
it was destined to be penetrated and destroyed by thought
það var ætlað að komast í gegnum hana og eyða henni með hugsun
since it was not the essence of existence
þar sem það var ekki kjarni tilverunnar
since this essence lay beyond, on the other side of, the visible
þar sem þessi kjarni lá handan, hinum megin við hið sýnilega
But now, his liberated eyes stayed on this side
En nú voru frelsuð augu hans á þessari hlið
he saw and became aware of the visible
hann sá og varð var við hið sýnilega
he sought to be at home in this world
hann sóttist eftir að vera heima í þessum heimi
he did not search for the true essence
hann leitaði ekki að hinum sanna kjarna
he did not aim at a world beyond
hann stefndi ekki að öðrum heimi
this world was beautiful enough for him
þessi heimur var nógu fallegur fyrir hann
looking at it like this made everything childlike
að horfa á þetta svona gerði allt barnalegt
Beautiful were the moon and the stars
Falleg voru tunglið og stjörnurnar
beautiful was the stream and the banks
fagurt var lækurinn og bakkar
the forest and the rocks, the goat and the gold-beetle
skógurinn og steinarnir, geitin og gullbjöllan
the flower and the butterfly; beautiful and lovely it was

blómið og fiðrildið; fallegt og yndislegt var það
to walk through the world was childlike again
að ganga í gegnum heiminn var aftur barnslegt
this way he was awoken
þannig var hann vakinn
this way he was open to what is near
þannig var hann opinn fyrir því sem er nálægt
this way he was without distrust
þannig var hann vantraustslaus
differently the sun burnt the head
öðruvísi brenndi sólin höfuðið
differently the shade of the forest cooled him down
öðruvísi kældi skugga skógarins hann niður
differently the pumpkin and the banana tasted
mismunandi bragð af graskerinu og banananum
Short were the days, short were the nights
Dagarnir voru stuttir, næturnar voru stuttar
every hour sped swiftly away like a sail on the sea
hver klukkutími flýtti sér í burtu eins og segl á sjónum
and under the sail was a ship full of treasures, full of joy
og undir seglinu var skip fullt af gersemum, fullt af gleði
Siddhartha saw a group of apes moving through the high canopy
Siddhartha sá hóp af öpum fara í gegnum háa tjaldhiminn
they were high in the branches of the trees
þeir voru háir í greinum trjánna
and he heard their savage, greedy song
og hann heyrði þeirra grimma og gráðuga söng
Siddhartha saw a male sheep following a female one and mating with her
Siddhartha sá karlkyns kind fylgja kvenkyni og para sig við hana
In a lake of reeds, he saw the pike hungrily hunting for its dinner
Í reyrvatni sá hann píkuna veiða hungraða í matinn
young fish were propelling themselves away from the pike

ungir fiskar voru að keyra sig í burtu frá píkunni
they were scared, wiggling and sparkling
þeir voru hræddir, vaglandi og tindrandi
the young fish jumped in droves out of the water
ungi fiskurinn hoppaði í hópum upp úr vatninu
the scent of strength and passion came forcefully out of the water
lyktin af krafti og ástríðu kom kröftuglega upp úr vatninu
and the pike stirred up the scent
og píkan hrærði upp ilminn
All of this had always existed
Allt þetta hafði alltaf verið til
and he had not seen it, nor had he been with it
og hann hafði ekki séð það og ekki verið með því
Now he was with it and he was part of it
Nú var hann með það og hann var hluti af því
Light and shadow ran through his eyes
Ljós og skuggi runnu í gegnum augu hans
stars and moon ran through his heart
stjörnur og tungl runnu í gegnum hjarta hans

Siddhartha remembered everything he had experienced in the Garden Jetavana
Siddhartha mundi allt sem hann hafði upplifað í Garden Jetavana
he remembered the teaching he had heard there from the divine Buddha
hann mundi eftir kenningunni sem hann hafði heyrt þar frá hinum guðlega Búdda
he remembered the farewell from Govinda
hann minntist kveðjunnar frá Govinda
he remembered the conversation with the exalted one
hann minntist samtalsins við þann upphafna
Again he remembered his own words that he had spoken to the exalted one
Aftur minntist hann orða sinna um að hann hefði talað við hinn upphafna

he remembered every word
hann mundi hvert orð
he realized he had said things which he had not really known
hann áttaði sig á því að hann hafði sagt hluti sem hann hafði í rauninni ekki vitað
he astonished himself with what he had said to Gotama
hann undraðist sjálfan sig með því sem hann hafði sagt við Gotama
the Buddha's treasure and secret was not the teachings
Fjársjóður Búdda og leyndarmál voru ekki kenningar
but the secret was the inexpressible and not teachable
en leyndarmálið var hið ólýsanlega og ókennanlega
the secret which he had experienced in the hour of his enlightenment
leyndarmálið sem hann hafði upplifað á uppljómunarstund
the secret was nothing but this very thing which he had now gone to experience
leyndarmálið var ekkert nema einmitt þetta sem hann var nú farinn að upplifa
the secret was what he now began to experience
leyndarmálið var það sem hann fór nú að upplifa
Now he had to experience his self
Nú varð hann að upplifa sjálfan sig
he had already known for a long time that his self was Atman
hann var búinn að vita það lengi að hann væri Atman
he knew Atman bore the same eternal characteristics as Brahman
hann vissi að Atman bar sömu eilífu einkenni og Brahman
But he had never really found this self
En hann hafði aldrei fundið þetta sjálf
because he had wanted to capture the self in the net of thought
vegna þess að hann hafði viljað fanga sjálfið í net hugsunarinnar

but the body was not part of the self
en líkaminn var ekki hluti af sjálfinu
it was not the spectacle of the senses
það var ekki sjónarspil skynfæranna
so it also was not the thought, nor the rational mind
svo það var heldur ekki hugsunin, né skynsamur hugur
it was not the learned wisdom, nor the learned ability
það var ekki hin lærða viska, né hin lærða hæfileiki
from these things no conclusions could be drawn
af þessum hlutum var ekki hægt að draga neinar ályktanir
No, the world of thought was also still on this side
Nei, hugsunarheimurinn var líka enn hérna megin
Both, the thoughts as well as the senses, were pretty things
Bæði, hugsanirnar og skynfærin, voru fallegir hlutir
but the ultimate meaning was hidden behind both of them
en hin endanlega merking var falin á bak við þau bæði
both had to be listened to and played with
bæði þurfti að hlusta á og leika sér með
neither had to be scorned nor overestimated
hvorki þurfti að gera lítið úr né ofmeta
there were secret voices of the innermost truth
það voru leynilegar raddir hins innsta sannleika
these voices had to be attentively perceived
Þessar raddir varð að skynja af athygli
He wanted to strive for nothing else
Hann vildi ekki leitast við annað
he would do what the voice commanded him to do
hann myndi gera það sem röddin bauð honum að gera
he would dwell where the voices advised him to
hann myndi búa þar sem raddirnar ráðlögðu honum
Why had Gotama sat down under the Bodhi tree?
Hvers vegna hafði Gotama sest undir Bodhi trénu?
He had heard a voice in his own heart
Hann hafði heyrt rödd í hjarta sínu
a voice which had commanded him to seek rest under this tree

rödd sem hafði boðið honum að leita hvíldar undir þessu tré
he could have gone on to make offerings
hann hefði getað haldið áfram að færa fórnir
he could have performed his ablutions
hann hefði getað framkvæmt þvottinn
he could have spent that moment in prayer
hann hefði getað eytt þeirri stundu í bæn
he had chosen not to eat or drink
hann hafði kosið að borða hvorki né drekka
he had chosen not to sleep or dream
hann hafði valið að sofa ekki eða dreyma
instead, he had obeyed the voice
í staðinn hafði hann hlýtt röddinni
To obey like this was good
Að hlýða svona var gott
it was good not to obey to an external command
það var gott að hlýða ekki utanaðkomandi skipun
it was good to obey only the voice
það var gott að hlýða aðeins röddinni
to be ready like this was good and necessary
að vera tilbúinn svona var gott og nauðsynlegt
there was nothing else that was necessary
það var ekkert annað sem þurfti

in the night Siddhartha got to a river
um nóttina komst Siddhartha að ánni
he slept in the straw hut of a ferryman
hann svaf í strákofa ferjumanns
this night Siddhartha had a dream
þessa nótt dreymdi Siddhartha
Govinda was standing in front of him
Govinda stóð fyrir framan hann
he was dressed in the yellow robe of an ascetic
hann var klæddur í gulan skikkju ásatrúarmanns
Sad was how Govinda looked
Sorglegt var hvernig Govinda leit út
sadly he asked, "Why have you forsaken me?"

hryggur spurði hann: "Hví hefur þú yfirgefið mig?"
Siddhartha embraced Govinda, and wrapped his arms around him
Siddhartha faðmaði Govinda og vafði handleggjunum um hann
he pulled him close to his chest and kissed him
hann dró hann að brjósti sér og kyssti hann
but it was not Govinda anymore, but a woman
en það var ekki Govinda lengur, heldur kona
a full breast popped out of the woman's dress
fullt brjóst skaust upp úr kjól konunnar
Siddhartha lay and drank from the breast
Siddhartha lá og drakk úr brjóstinu
sweetly and strongly tasted the milk from this breast
bragðaði ljúft og sterkt mjólkina úr þessari brjóst
It tasted of woman and man
Það bragðaðist af konu og manni
it tasted of sun and forest
það bragðaðist af sól og skógi
it tasted of animal and flower
það bragðaðist af dýrum og blómum
it tasted of every fruit and every joyful desire
það bragðaðist af öllum ávöxtum og hverri gleðilegri löngun
It intoxicated him and rendered him unconscious
Það olli honum ölvun og varð meðvitundarlaus
Siddhartha woke up from the dream
Siddhartha vaknaði við drauminn
the pale river shimmered through the door of the hut
föl áin glitraði inn um hurðina á kofanum
a dark call of an owl resounded deeply through the forest
myrkur uglukall ómaði djúpt í gegnum skóginn
Siddhartha asked the ferryman to get him across the river
Siddhartha bað ferjumanninn að koma sér yfir ána
The ferryman got him across the river on his bamboo-raft
Ferjumaðurinn kom honum yfir ána á bambusflekanum sínum
the water shimmered reddish in the light of the morning

vatnið ljómaði rauðleitt í birtu morgunsins
"This is a beautiful river," he said to his companion
„Þetta er fallegt á," sagði hann við félaga sinn
"Yes," said the ferryman, "a very beautiful river"
„Já," sagði ferjumaðurinn, „mjög falleg áin"
"I love it more than anything"
„Ég elska það meira en allt"
"Often I have listened to it"
„Ég hef oft hlustað á það"
"often I have looked into its eyes"
"oft hef ég horft í augu þess"
"and I have always learned from it"
"og ég hef alltaf lært af því"
"Much can be learned from a river"
„Mikið má læra af ánni"
"I thank you, my benefactor" spoke Siddhartha
„Ég þakka þér, velgjörðarmaður minn," sagði Siddhartha
he disembarked on the other side of the river
hann fór frá borði hinum megin við ána
"I have no gift I could give you for your hospitality, my dear"
"Ég hef enga gjöf sem ég gæti gefið þér fyrir gestrisni þína, elskan mín"
"and I also have no payment for your work"
"og ég hef heldur enga greiðslu fyrir vinnu þína"
"I am a man without a home"
„Ég er maður án heimilis"
"I am the son of a Brahman and a Samana"
"Ég er sonur Brahmans og Samana"
"I did see it," spoke the ferryman
„Ég sá það," sagði ferjumaðurinn
"I did not expect any payment from you"
"Ég bjóst ekki við neinni greiðslu frá þér"
"it is custom for guests to bear a gift"
„siður að gestir gefi gjöf"
"but I did not expect this from you either"

"en ég bjóst ekki við þessu frá þér heldur"
"You will give me the gift another time"
„Þú gefur mér gjöfina í annað sinn"
"Do you think so?" asked Siddhartha, bemusedly
"Heldurðu það?" spurði Siddhartha undrandi
"I am sure of it," replied the ferryman
„Ég er viss um það," svaraði ferjumaðurinn
"This too, I have learned from the river"
„Þetta hef ég líka lært af ánni"
"everything that goes comes back!"
"allt sem fer kemur aftur!"
"You too, Samana, will come back"
"Þú líka, Samana, kemur aftur"
"Now farewell! Let your friendship be my reward"
"Nú kveðjum við! Láttu vináttu þína vera verðlaun mín"
"Commemorate me, when you make offerings to the gods"
"Minnistu mín, þegar þú færð guði fórnir"
Smiling, they parted from each other
Brosandi skildu þau hvort frá öðru
Smiling, Siddhartha was happy about the friendship
Brosandi var Siddhartha ánægð með vináttuna
and he was happy about the kindness of the ferryman
og gladdist hann yfir góðmennsku ferjumannsins
"He is like Govinda," he thought with a smile
„Hann er eins og Govinda," hugsaði hann brosandi
"all I meet on my path are like Govinda"
„allt sem ég hitti á vegi mínum er eins og Govinda"
"All are thankful for what they have"
„Allir eru þakklátir fyrir það sem þeir hafa"
"but they are the ones who would have a right to receive thanks"
"en það eru þeir sem ættu rétt á að fá þakkir"
"all are submissive and would like to be friends"
„allir eru undirgefnir og vilja vera vinir"
"all like to obey and think little"
"öllum finnst gaman að hlýða og hugsa lítið"

"all people are like children"
"allt fólk er eins og börn"

At about noon, he came through a village
Um hádegisbil kom hann í gegnum þorp
In front of the mud cottages, children were rolling about in the street
Fyrir framan leirhúsin völtuðu börn um götuna
they were playing with pumpkin-seeds and sea-shells
þeir voru að leika sér með graskersfræ og sjávarskeljar
they screamed and wrestled with each other
þeir öskruðu og glímdu hver við annan
but they all timidly fled from the unknown Samana
en þeir flýðu allir feimnislega frá hinni óþekktu Samana
In the end of the village, the path led through a stream
Í enda þorpsins lá leiðin í gegnum læk
by the side of the stream, a young woman was kneeling
við hlið læksins kraup ung kona
she was washing clothes in the stream
hún var að þvo föt í læknum
When Siddhartha greeted her, she lifted her head
Þegar Siddhartha heilsaði henni lyfti hún höfðinu
and she looked up to him with a smile
og hún leit brosandi upp til hans
he could see the white in her eyes glistening
hann sá glitra í hvítan í augum hennar
He called out a blessing to her
Hann kallaði blessun yfir hana
this was the custom among travellers
þetta var siður meðal ferðalanga
and he asked how far it was to the large city
ok spurði, hversu langt væri til stórborgarinnar
Then she got up and came to him
Síðan stóð hún upp og kom til hans
beautifully her wet mouth was shimmering in her young face
fallega blautur munnurinn hennar glitraði í unga andlitinu

She exchanged humorous banter with him
Hún skiptist á gamansömum gríni við hann
she asked whether he had eaten already
hún spurði hvort hann væri búinn að borða
and she asked curious questions
og hún spurði forvitnilegra spurninga
"is it true that the Samanas slept alone in the forest at night?"
"er það satt að Samanarnir hafi sofið einir í skóginum á nóttunni?"
"is it true Samanas are not allowed to have women with them"
"er það satt að Samana mega ekki hafa konur með sér"
While talking, she put her left foot on his right one
Á meðan hún talaði setti hún vinstri fótinn á þann hægri
the movement of a woman who would want to initiate sexual pleasure
hreyfing konu sem myndi vilja koma af stað kynferðislegri ánægju
the textbooks call this "climbing a tree"
kennslubækurnar kalla þetta "klifra í tré"
Siddhartha felt his blood heating up
Siddhartha fann að blóðið hans hitnaði
he had to think of his dream again
hann varð að hugsa um draum sinn aftur
he bend slightly down to the woman
hann beygði sig aðeins niður að konunni
and he kissed with his lips the brown nipple of her breast
og hann kyssti brúnu geirvörtuna á brjósti hennar með vörum sínum
Looking up, he saw her face smiling
Þegar hann leit upp sá hann andlit hennar brosa
and her eyes were full of lust
og augu hennar voru full af losta
Siddhartha also felt desire for her
Siddhartha fann líka fyrir löngun til hennar
he felt the source of his sexuality moving

hann fann uppsprettu kynhneigðar sinnar hreyfast
but he had never touched a woman before
en hann hafði aldrei snert konu áður
so he hesitated for a moment
svo hann hikaði um stund
his hands were already prepared to reach out for her
hendur hans voru þegar tilbúnar til að teygja sig eftir henni
but then he heard the voice of his innermost self
en þá heyrði hann rödd síns innsta sjálfs
he shuddered with awe at his voice
hann skalf af lotningu við rödd sína
and this voice told him no
og þessi rödd sagði honum nei
all charms disappeared from the young woman's smiling face
allir heillar hurfu af brosandi andliti ungu konunnar
he no longer saw anything else but a damp glance
hann sá ekki lengur annað en rakt augnaráð
all he could see was female animal in heat
það eina sem hann sá var kvendýr í hita
Politely, he petted her cheek
Kurteislega klappaði hann henni um kinnina
he turned away from her and disappeared away
hann sneri sér frá henni og hvarf í burtu
he left from the disappointed woman with light steps
hann fór frá vonsviknu konunni með léttum skrefum
and he disappeared into the bamboo-wood
og hann hvarf inn í bambusviðinn

he reached the large city before the evening
hann kom til stórborgarinnar fyrir kvöldið
and he was happy to have reached the city
og var hann feginn að vera kominn til borgarinnar
because he felt the need to be among people
vegna þess að hann fann þörf á að vera meðal fólks
or a long time, he had lived in the forests
eða lengi, hann hafði búið í skógunum

for first time in a long time he slept under a roof
í fyrsta sinn í langan tíma svaf hann undir þaki
Before the city was a beautifully fenced garden
Fyrir borgina var fallega girtur garður
the traveller came across a small group of servants
ferðamaðurinn rakst á lítinn hóp þjóna
the servants were carrying baskets of fruit
þjónarnir báru ávaxtakörfur
four servants were carrying an ornamental sedan-chair
fjórir þjónar báru skrautlegur fólksbílastóll
on this chair sat a woman, the mistress
á þessum stól sat kona, húsfreyjan
she was on red pillows under a colourful canopy
hún var á rauðum púðum undir litríkri tjaldhimnu
Siddhartha stopped at the entrance to the pleasure-garden
Siddhartha stoppaði við innganginn að skemmtigarðinum
and he watched the parade go by
og hann horfði á skrúðgönguna líða hjá
he saw saw the servants and the maids
sá hann sjá þjónana og vinnukonurnar
he saw the baskets and the sedan-chair
hann sá körfurnar og vagnstólinn
and he saw the lady on the chair
og hann sá frúina á stólnum
Under her black hair he saw a very delicate face
Undir svörtu hárinu hennar sá hann mjög viðkvæmt andlit
a bright red mouth, like a freshly cracked fig
skærrauður munnur, eins og nýsprungin fíkju
eyebrows which were well tended and painted in a high arch
augabrúnir sem voru vel hirtar og málaðar í háum boga
they were smart and watchful dark eyes
þau voru snjöll og vakandi dökk augu
a clear, tall neck rose from a green and golden garment
tær, há hálsrós úr grænni og gylltri flík
her hands were resting, long and thin

hendur hennar hvíldu, langar og grannar
she had wide golden bracelets over her wrists
hún hafði breið gyllt armbönd yfir úlnliðunum
Siddhartha saw how beautiful she was, and his heart rejoiced
Siddhartha sá hversu falleg hún var og hjarta hans gladdist
He bowed deeply, when the sedan-chair came closer
Hann hneigði sig djúpt, þegar fólksbifreiðastóllinn kom nær
straightening up again, he looked at the fair, charming face
Hann rétti úr sér aftur og horfði á ljósa, heillandi andlitið
he read her smart eyes with the high arcs
hann las snjöll augu hennar með háu bogunum
he breathed in a fragrance of something he did not know
hann andaði að sér ilm af einhverju sem hann þekkti ekki
With a smile, the beautiful woman nodded for a moment
Brosandi kinkaði fallega konan kolli augnablik
then she disappeared into the garden
þá hvarf hún í garðinn
and then the servants disappeared as well
og svo hurfu þjónar líka
"I am entering this city with a charming omen" Siddhartha thought
„Ég er að fara inn í þessa borg með heillandi fyrirboði," hugsaði Siddhartha
He instantly felt drawn into the garden
Honum fannst hann strax dragast inn í garðinn
but he thought about his situation
en hann hugsaði um aðstæður sínar
he became aware of how the servants and maids had looked at him
varð hann var við hvernig þjónar og vinnukonur höfðu litið á hann
they thought him despicable, distrustful, and rejected him
þeim þótti hann fyrirlitlegur, vantraustsöm og höfnuðu honum
"I am still a Samana" he thought

„Ég er enn Samana," hugsaði hann
"I am still an ascetic and beggar"
„Ég er enn ásatrúar og betlari"
"I must not remain like this"
„Ég má ekki vera svona"
"I will not be able to enter the garden like this," he laughed
„Ég mun ekki geta farið svona inn í garðinn," hló hann
he asked the next person who came along the path about the garden
spurði hann næsta mann sem kom eftir stígnum um garðinn
and he asked for the name of the woman
ok spurði hann um nafn konunnar
he was told that this was the garden of Kamala, the famous courtesan
honum var sagt að þetta væri garður Kamala, hinnar frægu kurteisi
and he was told that she also owned a house in the city
og var honum sagt að hún ætti líka hús í borginni
Then, he entered the city with a goal
Svo kom hann inn í borgina með marki
Pursuing his goal, he allowed the city to suck him in
Með því að sækjast eftir markmiði sínu leyfði hann borginni að soga sig inn
he drifted through the flow of the streets
hann rak í gegnum flæði götunnar
he stood still on the squares in the city
hann stóð kyrr á torgum í borginni
he rested on the stairs of stone by the river
hann hvíldi á steinstiganum við ána
When the evening came, he made friends with a barber's assistant
Þegar kvöldið kom eignaðist hann aðstoðarmann rakara
he had seen him working in the shade of an arch
hann hafði séð hann vinna í skugga boga
and he found him again praying in a temple of Vishnu
og hann fann hann aftur biðjandi í musteri Vishnu

he told about stories of Vishnu and the Lakshmi
hann sagði frá sögum af Vishnu og Lakshmi
Among the boats by the river, he slept this night
Meðal báta við ána svaf hann þessa nótt
Siddhartha came to him before the first customers came into his shop
Siddhartha kom til hans áður en fyrstu viðskiptavinirnir komu inn í búðina hans
he had the barber's assistant shave his beard and cut his hair
lét hann raka sér skeggið og klippa sér hárið
he combed his hair and anointed it with fine oil
hann greiddi hár sitt og smurði það með fínni olíu
Then he went to take his bath in the river
Síðan fór hann að baða sig í ánni

late in the afternoon, beautiful Kamala approached her garden
síðdegis nálgaðist fallega Kamala garðinn sinn
Siddhartha was standing at the entrance again
Siddhartha stóð aftur við innganginn
he made a bow and received the courtesan's greeting
hann hneigði sig og fékk kveðju kurteisunnar
he got the attention of one of the servant
hann fékk athygli eins þjónsins
he asked him to inform his mistress
hann bað hann láta húsmóður sína vita
"a young Brahman wishes to talk to her"
„ungur Brahman vill tala við hana"
After a while, the servant returned
Eftir smá stund kom þjónninn aftur
the servant asked Siddhartha to follow him
þjónninn bað Siddhartha að fylgja sér
Siddhartha followed the servant into a pavilion
Siddhartha fylgdi þjóninum inn í skálann
here Kamala was lying on a couch
hér lá Kamala í sófa
and the servant left him alone with her

og þjónninn lét hann vera einn með henni
"Weren't you also standing out there yesterday, greeting me?" asked Kamala
"Stóðstu ekki líka þarna úti í gær og heilsaði mér?" spurði Kamala
"It's true that I've already seen and greeted you yesterday"
"Það er satt að ég hef þegar séð þig og heilsað þér í gær"
"But didn't you yesterday wear a beard, and long hair?"
"En varstu ekki með skegg og sítt hár í gær?"
"and was there not dust in your hair?"
"og var ekki ryk í hárinu þínu?"
"You have observed well, you have seen everything"
"Þú hefur fylgst vel með, þú hefur séð allt"
"You have seen Siddhartha, the son of a Brahman"
"Þú hefur séð Siddhartha, son Brahmans"
"the Brahman who has left his home to become a Samana"
"Brahman sem hefur yfirgefið heimili sitt til að verða Samana"
"the Brahman who has been a Samana for three years"
„Brahmaninn sem hefur verið Samana í þrjú ár"
"But now, I have left that path and came into this city"
"En nú hef ég yfirgefið þessa braut og komið inn í þessa borg"
"and the first one I met, even before I had entered the city, was you"
"og sá fyrsti sem ég hitti, jafnvel áður en ég var kominn inn í borgina, varst þú"
"To say this, I have come to you, oh Kamala!"
"Til að segja þetta, ég er kominn til þín, ó Kamala!"
"before, Siddhartha addressed all woman with his eyes to the ground"
„Áður ávarpaði Siddhartha allar konur með augunum til jarðar"
"You are the first woman whom I address otherwise"
"Þú ert fyrsta konan sem ég ávarpa annars"
"Never again do I want to turn my eyes to the ground"
„Aldrei aftur vil ég snúa augunum til jarðar"
"I won't turn when I'm coming across a beautiful woman"

„Ég mun ekki snúa mér þegar ég rekst á fallega konu"
Kamala smiled and played with her fan of peacocks' feathers
Kamala brosti og lék sér að aðdáanda sínum af páfuglafjaðrinum
"And only to tell me this, Siddhartha has come to me?"
"Og aðeins til að segja mér þetta, Siddhartha hefur komið til mín?"
"To tell you this and to thank you for being so beautiful"
„Til að segja þér þetta og þakka þér fyrir að vera svona falleg"
"I would like to ask you to be my friend and teacher"
"Mig langar til að biðja þig um að vera vinur minn og kennari"
"for I know nothing yet of that art which you have mastered"
"því að ég veit ekkert um þá list sem þú hefur náð tökum á"
At this, Kamala laughed aloud
Að þessu hló Kamala upphátt
"Never before this has happened to me, my friend"
„Aldrei áður en þetta hefur komið fyrir mig, vinur minn"
"a Samana from the forest came to me and wanted to learn from me!"
"Samana úr skóginum kom til mín og vildi læra af mér!"
"Never before this has happened to me"
„Aldrei áður en þetta hefur komið fyrir mig"
"a Samana came to me with long hair and an old, torn loincloth!"
"samana kom til mín með sítt hár og gamlan, rifinn lendarklæði!"
"Many young men come to me"
„Margir ungir menn koma til mín"
"and there are also sons of Brahmans among them"
"og það eru líka synir Brahmana meðal þeirra"
"but they come in beautiful clothes"
"en þeir koma í fallegum fötum"
"they come in fine shoes"
"þeir koma í fínum skóm"
"they have perfume in their hair

„þeir eru með ilmvatn í hárinu
"and they have money in their pouches"
"og þeir eru með peninga í pokanum sínum"
"This is how the young men are like, who come to me"
„Svona eru ungu mennirnir sem koma til mín"
Spoke Siddhartha, "Already I am starting to learn from you"
Sagði Siddhartha: „Ég er þegar farinn að læra af þér"
"Even yesterday, I was already learning"
„Jafnvel í gær var ég þegar að læra"
"I have already taken off my beard"
„Ég er búinn að taka af mér skeggið"
"I have combed the hair"
„Ég er búinn að greiða hárið"
"and I have oil in my hair"
"og ég er með olíu í hárinu"
"There is little which is still missing in me"
„Það er lítið sem enn vantar í mig"
"oh excellent one, fine clothes, fine shoes, money in my pouch"
"ó frábær, fín föt, fínir skór, peningar í pokanum mínum"
"You shall know Siddhartha has set harder goals for himself"
"Þú munt vita að Siddhartha hefur sett sér erfiðari markmið"
"and he has reached these goals"
„og hann hefur náð þessum markmiðum"
"How shouldn't I reach that goal?"
"Hvernig ætti ég ekki að ná því markmiði?"
"the goal which I have set for myself yesterday"
„markmiðið sem ég setti mér í gær"
"to be your friend and to learn the joys of love from you"
"að vera vinur þinn og læra af þér gleði kærleikans"
"You'll see that I'll learn quickly, Kamala"
"Þú munt sjá að ég mun læra fljótt, Kamala"
"I have already learned harder things than what you're supposed to teach me"

"Ég hef þegar lært erfiðari hluti en það sem þú átt að kenna mér"
"And now let's get to it"
„Og nú skulum við komast að því"
"You aren't satisfied with Siddhartha as he is?"
"Ertu ekki sáttur við Siddhartha eins og hann er?"
"with oil in his hair, but without clothes"
"með olíu í hárinu, en án föt"
"Siddhartha without shoes, without money"
"Siddhartha án skó, án peninga"
Laughing, Kamala exclaimed, "No, my dear"
Hlæjandi hrópaði Kamala: „Nei, elskan mín"
"he doesn't satisfy me, yet"
„hann fullnægir mér ekki ennþá"
"Clothes are what he must have"
„Föt eru það sem hann verður að eiga"
"pretty clothes, and shoes is what he needs"
"falleg föt og skór eru það sem hann þarf"
"pretty shoes, and lots of money in his pouch"
"fínir skór og fullt af peningum í pokanum hans"
"and he must have gifts for Kamala"
"og hann hlýtur að eiga gjafir handa Kamala"
"Do you know it now, Samana from the forest?"
"Veistu það núna, Samana úr skóginum?"
"Did you mark my words?"
"Varstu að merkja við orð mín?"
"Yes, I have marked your words," Siddhartha exclaimed
"Já, ég hef merkt orð þín," sagði Siddhartha
"How should I not mark words which are coming from such a mouth!"
"Hvernig ætti ég ekki að merkja orð sem koma frá slíkum munni!"
"Your mouth is like a freshly cracked fig, Kamala"
"Munnur þinn er eins og nýsprungin fíkja, Kamala"
"My mouth is red and fresh as well"
„Munnur minn er rauður og ferskur líka"

"it will be a suitable match for yours, you'll see"
"það mun passa við þig, þú munt sjá"
"But tell me, beautiful Kamala"
"En segðu mér, fallega Kamala"
"aren't you at all afraid of the Samana from the forest""
"ertu alls ekki hræddur við Samana úr skóginum""
"the Samana who has come to learn how to make love"
„Samana sem er komin til að læra að elska ást"
"Whatever for should I be afraid of a Samana?"
"Fyrir hvað ætti ég að vera hræddur við Samana?"
"a stupid Samana from the forest"
"heimska Samana úr skóginum"
"a Samana who is coming from the jackals"
„Samana sem kemur frá sjakalunum"
"a Samana who doesn't even know yet what women are?"
"Samana sem veit ekki einu sinni enn hvað konur eru?"
"Oh, he's strong, the Samana"
"Ó, hann er sterkur, Samana"
"and he isn't afraid of anything"
"og hann er ekki hræddur við neitt"
"He could force you, beautiful girl"
„Hann gæti þvingað þig, fallega stelpa"
"He could kidnap you and hurt you"
„Hann gæti rænt þér og sært þig"
"No, Samana, I am not afraid of this"
„Nei, Samana, ég er ekki hræddur við þetta"
"Did any Samana or Brahman ever fear someone might come and grab him?"
„Hræddist nokkur Samana eða Brahman einhvern tíma að einhver gæti komið og gripið hann?
"could he fear someone steals his learning?
„Gæti hann óttast að einhver steli lærdómi hans?
"could anyone take his religious devotion"
„gæti einhver tekið trúarlega hollustu hans"
"is it possible to take his depth of thought?
„er hægt að taka dýpt hugsun hans?

"No, because these things are his very own"
„Nei, því þessir hlutir eru hans eigin"
"he would only give away the knowledge he is willing to give"
„hann myndi bara gefa frá sér þá þekkingu sem hann er tilbúinn að gefa"
"he would only give to those he is willing to give to"
"hann myndi bara gefa þeim sem hann er tilbúinn að gefa"
"precisely like this it is also with Kamala"
„nákvæmlega svona er það líka með Kamala"
"and it is the same way with the pleasures of love"
"og það er eins með ánægjuna af ástinni"
"Beautiful and red is Kamala's mouth," answered Siddhartha
"Fallegur og rauður er munnur Kamala," svaraði Siddhartha
"but don't try to kiss it against Kamala's will"
"en ekki reyna að kyssa það gegn vilja Kamala"
"because you will not obtain a single drop of sweetness from it"
"því þú færð ekki einn dropa af sætu af því"
"You are learning easily, Siddhartha"
„Þú ert að læra auðveldlega, Siddhartha"
"you should also learn this"
"þú ættir líka að læra þetta"
"love can be obtained by begging, buying"
"ást er hægt að fá með því að betla, kaupa"
"you can receive it as a gift"
"þú getur fengið það að gjöf"
"or you can find it in the street"
"eða þú getur fundið það á götunni"
"but love cannot be stolen"
"en ást er ekki hægt að stela"
"In this, you have come up with the wrong path"
„Í þessu ertu kominn á ranga leið"
"it would be a pity if you would want to tackle love in such a wrong manner"

"það væri leitt ef þú myndir vilja tækla ástina á svona rangan hátt"

Siddhartha bowed with a smile
Siddhartha hneigði sig brosandi

"It would be a pity, Kamala, you are so right"
„Það væri leitt, Kamala, þú hefur svo rétt fyrir þér"

"It would be such a great pity"
„Það væri svo mikil synd"

"No, I shall not lose a single drop of sweetness from your mouth"
"Nei, ég skal ekki missa einn dropa af sætu úr munni þínum"

"nor shall you lose sweetness from my mouth"
„Þú skalt ekki missa sætleika úr mínum munni"

"So it is agreed. Siddhartha will return"
"Svo er það samþykkt. Siddhartha mun snúa aftur"

"Siddhartha will return once he has what he still lacks"
„Siddhartha mun snúa aftur þegar hann hefur það sem hann vantar enn"

"he will come back with clothes, shoes, and money"
„hann mun koma aftur með föt, skó og peninga"

"But speak, lovely Kamala, couldn't you still give me one small advice?"
"En talaðu, elsku Kamala, gætirðu samt ekki gefið mér eitt lítið ráð?"

"Give you an advice? Why not?"
"Gefðu þér ráð? Af hverju ekki?"

"Who wouldn't like to give advice to a poor, ignorant Samana?"
"Hverjum langar ekki að gefa fátækri, fáfróðri Samönu ráð?"

"Dear Kamala, where I should go to find these three things most quickly?"
"Kæra Kamala, hvert ætti ég að fara til að finna þessa þrjá hluti sem fljótast?"

"Friend, many would like to know this"
„Vinur, margir vilja vita þetta"

"You must do what you've learned and ask for money"

"Þú verður að gera það sem þú hefur lært og biðja um peninga"
"There is no other way for a poor man to obtain money"
"Það er engin önnur leið fyrir fátækan mann að fá peninga"
"What might you be able to do?"
"Hvað gætirðu gert?"
"I can think. I can wait. I can fast" said Siddhartha
"Ég get hugsað. Ég get beðið. Ég get hratt," sagði Siddhartha
"Nothing else?" asked Kamala
"Ekkert annað?" spurði Kamala
"yes, I can also write poetry"
"já, ég get líka skrifað ljóð"
"Would you like to give me a kiss for a poem?"
"Viltu gefa mér koss fyrir ljóð?"
"I would like to, if I like your poem"
"Ég myndi vilja, ef mér líkar ljóðið þitt"
"What would be its title?"
"Hvað væri titill þess?"
Siddhartha spoke, after he had thought about it for a moment
Siddhartha talaði, eftir að hann hafði hugsað um það í smá stund
"Into her shady garden stepped the pretty Kamala"
„Inn í skuggalega garðinn sinn steig hin fallega Kamala"
"At the garden's entrance stood the brown Samana"
"Við inngang garðsins stóð brúna Samana"
"Deeply, seeing the lotus's blossom, Bowed that man"
„Djúpt, þegar hann sá blóma lótussins, hneigði hann manninn"
"and smiling, Kamala thanked him"
"og brosandi þakkaði Kamala honum"
"More lovely, thought the young man, than offerings for gods"
„Elskulegra, hugsaði ungi maðurinn, en fórnir fyrir guði"
Kamala clapped her hands so loud that the golden bracelets clanged

Kamala klappaði höndunum svo hátt að gylltu armböndin klingdu
"Beautiful are your verses, oh brown Samana"
„Fallegar eru vísurnar þínar, ó brúna Samana"
"and truly, I'm losing nothing when I'm giving you a kiss for them"
"og sannarlega, ég tapa engu þegar ég er að gefa þér koss fyrir þá"
She beckoned him with her eyes
Hún benti honum með augunum
he tilted his head so that his face touched hers
hann hallaði höfðinu svo að andlit hans snerti hennar
and he placed his mouth on her mouth
og hann lagði munninn á munn hennar
the mouth which was like a freshly cracked fig
munninn sem var eins og nýsprungin fíkju
For a long time, Kamala kissed him
Í langan tíma kyssti Kamala hann
and with a deep astonishment Siddhartha felt how she taught him
og með djúpri undrun fann Siddhartha hvernig hún kenndi honum
he felt how wise she was
hann fann hversu vitur hún var
he felt how she controlled him
hann fann hvernig hún stjórnaði honum
he felt how she rejected him
hann fann hvernig hún hafnaði honum
he felt how she lured him
hann fann hvernig hún tældi hann
and he felt how there were to be more kisses
og hann fann hvernig kossar yrðu fleiri
every kiss was different from the others
hver koss var öðruvísi en hinir
he was still, when he received the kisses
hann var kyrr, þegar hann fékk kossana

Breathing deeply, he remained standing where he was
Hann andaði djúpt og stóð þar sem hann var
he was astonished like a child about the things worth learning
hann undraðist eins og barn yfir því sem vert væri að læra
the knowledge revealed itself before his eyes
vitneskjan opinberaði sig fyrir augum hans
"Very beautiful are your verses" exclaimed Kamala
"Mjög falleg eru vísurnar þínar" hrópaði Kamala
"if I were rich, I would give you pieces of gold for them"
"ef ég væri ríkur myndi ég gefa þér gullpeninga fyrir þá"
"But it will be difficult for you to earn enough money with verses"
"En það verður erfitt fyrir þig að vinna sér inn nóg með vísum"
"because you need a lot of money, if you want to be Kamala's friend"
"vegna þess að þú þarft mikið af peningum, ef þú vilt vera vinur Kamala"
"The way you're able to kiss, Kamala!" stammered Siddhartha
"Hvernig þú ert fær um að kyssa, Kamala!" stamaði Siddhartha
"Yes, this I am able to do"
"Já, þetta get ég gert"
"therefore I do not lack clothes, shoes, bracelets"
„þess vegna skortir mig ekki föt, skó, armbönd"
"I have all the beautiful things"
„Ég á alla fallegu hlutina"
"But what will become of you?"
— En hvað verður um þig?
"Aren't you able to do anything else?"
"Ertu ekki fær um að gera neitt annað?"
"can you do more than think, fast, and make poetry?"
"Geturðu gert meira en að hugsa, fasta og búa til ljóð?"
"I also know the sacrificial songs" said Siddhartha

„Ég þekki líka fórnarlögin," sagði Siddhartha
"but I do not want to sing those songs anymore"
"en ég vil ekki syngja þessi lög lengur"
"I also know how to make magic spells"
„Ég kann líka að búa til galdrastafi"
"but I do not want to speak them anymore"
"en ég vil ekki tala þau lengur"
"I have read the scriptures"
„Ég hef lesið ritningarnar"
"Stop!" Kamala interrupted him
"Hættu!" Kamala truflaði hann
"You're able to read and write?"
"Ertu fær um að lesa og skrifa?"
"Certainly, I can do this, many people can"
„Vissulega get ég þetta, margir geta það"
"Most people can't," Kamala replied
„Flestir geta það ekki," svaraði Kamala
"I am also one of those who can't do it"
„Ég er líka einn af þeim sem get það ekki"
"It is very good that you're able to read and write"
„Það er mjög gott að þú getur lesið og skrifað"
"you will also find use for the magic spells"
"þú munt líka finna notkun fyrir galdrastafina"
In this moment, a maid came running in
Á þessari stundu kom vinnukona hlaupandi inn
she whispered a message into her mistress's ear
hvíslaði hún skilaboð í eyra húsmóður sinnar
"There's a visitor for me" exclaimed Kamala
„Það er gestur fyrir mig," hrópaði Kamala
"Hurry and get yourself away, Siddhartha"
"Flýttu þér og farðu í burtu, Siddhartha"
"nobody may see you in here, remember this!"
"Það má enginn sjá þig hérna inni, mundu þetta!"
"Tomorrow, I'll see you again"
"Á morgun, ég sé þig aftur"
Kamala ordered her maid to give Siddhartha white garments

Kamala skipaði vinnukonu sinni að gefa Siddhartha hvítar klæði

and then Siddhartha found himself being dragged away by the maid

og þá fann Siddhartha sjálfan sig að vera dreginn í burtu af vinnukonunni

he was brought into a garden-house out of sight of any paths

hann var færður inn í garðhús úr augsýn nokkurra stíga

then he was led into the bushes of the garden

þá var hann leiddur inn í runna garðsins

he was urged to get himself out of the garden as soon as possible

var hann hvattur til að koma sér út úr garðinum sem fyrst

and he was told he must not be seen

og honum var sagt að hann mætti ekki sjást

he did as he had been told

hann gerði eins og honum var sagt

he was accustomed to the forest

hann var skóginum vanur

so he managed to get out without making a sound

svo hann komst út án þess að gefa frá sér hljóð

he returned to the city carrying the rolled up garments under his arm

hann sneri aftur til borgarinnar með upprúlluð klæði undir handleggnum

At the inn, where travellers stay, he positioned himself by the door

Á gistihúsinu, þar sem ferðalangar dvelja, kom hann sér fyrir við dyrnar

without words he asked for food

án orða bað hann um mat

without a word he accepted a piece of rice-cake

án orðs þáði hann stykki af hrísgrjónaköku

he thought about how he had always begged

hann hugsaði um hvernig hann hefði alltaf beðið

"Perhaps as soon as tomorrow I will ask no one for food anymore"
„Kannski mun ég um leið á morgun biðja engan um mat lengur"
Suddenly, pride flared up in him
Allt í einu blossaði stolt upp í honum
He was no Samana any more
Hann var engin Samana lengur
it was no longer appropriate for him to beg for food
það var ekki lengur við hæfi að hann betlaði mat
he gave the rice-cake to a dog
hann gaf hundi hrísgrjónakökuna
and that night he remained without food
og þá nótt var hann matarlaus
Siddhartha thought to himself about the city
Siddhartha hugsaði með sjálfum sér um borgina
"Simple is the life which people lead in this world"
„Einfalt er lífið sem fólk lifir í þessum heimi"
"this life presents no difficulties"
„þetta líf býður engum erfiðleikum"
"Everything was difficult and toilsome when I was a Samana"
„Allt var erfitt og erfiður þegar ég var Samana"
"as a Samana everything was hopeless"
„sem Samana var allt vonlaust"
"but now everything is easy"
"en nú er allt auðvelt"
"it is easy like the lesson in kissing from Kamala"
„það er auðvelt eins og lexían í að kyssa frá Kamala"
"I need clothes and money, nothing else"
„Mig vantar föt og peninga, ekkert annað"
"these goals are small and achievable"
„þessi markmið eru lítil og hægt að ná"
"such goals won't make a person lose any sleep"
„slík markmið munu ekki láta mann missa svefn"

the next day he returned to Kamala's house

daginn eftir sneri hann aftur til Kamala
"Things are working out well" she called out to him
"Hlutirnir ganga vel," kallaði hún til hans
"They are expecting you at Kamaswami's"
„Þeir eiga von á þér hjá Kamaswami"
"he is the richest merchant of the city"
"hann er ríkasti kaupmaður borgarinnar"
"If he likes you, he'll accept you into his service"
"Ef honum líkar við þig mun hann taka þig í þjónustu sína"
"but you must be smart, brown Samana"
"en þú hlýtur að vera klár, brúna Samana"
"I had others tell him about you"
„Ég lét aðra segja honum frá þér"
"Be polite towards him, he is very powerful"
„Vertu kurteis við hann, hann er mjög öflugur"
"But I warn you, don't be too modest!"
"En ég vara þig við, ekki vera of hógvær!"
"I do not want you to become his servant"
"Ég vil ekki að þú verðir þjónn hans"
"you shall become his equal"
"þú skalt verða jafningi hans"
"or else I won't be satisfied with you"
"eða annars verð ég ekki sáttur við þig"
"Kamaswami is starting to get old and lazy"
„Kamaswami er farinn að verða gamall og latur"
"If he likes you, he'll entrust you with a lot"
„Ef honum líkar við þig mun hann fela þér mikið"
Siddhartha thanked her and laughed
Siddhartha þakkaði henni og hló
she found out that he had not eaten
hún komst að því að hann hafði ekki borðað
so she sent him bread and fruits
svo hún sendi honum brauð og ávexti
"You've been lucky" she said when they parted
„Þú hefur verið heppin," sagði hún þegar þau skildu
"I'm opening one door after another for you"

"Ég er að opna hverja hurðina á eftir öðrum fyrir þér"
"How come? Do you have a spell?"
"Hvernig stendur á því? Ertu með álög?"
"I told you I knew how to think, to wait, and to fast"
„Ég sagði þér að ég kunni að hugsa, bíða og fasta"
"but you thought this was of no use"
"en þú hélt að þetta væri ekkert gagn"
"But it is useful for many things"
"En það er gagnlegt fyrir marga hluti"
"Kamala, you'll see that the stupid Samanas are good at learning"
„Kamala, þú munt sjá að heimsku Samanas eru góðir í að læra"
"you'll see they are able to do many pretty things in the forest"
"þú munt sjá að þeir geta gert marga fallega hluti í skóginum"
"things which the likes of you aren't capable of"
"hlutir sem fólk eins og þú getur ekki"
"The day before yesterday, I was still a shaggy beggar"
„Í fyrradag var ég enn lúinn betlari"
"as recently as yesterday I have kissed Kamala"
„Svo nýlega sem í gær hef ég kysst Kamala"
"and soon I'll be a merchant and have money"
"og bráðum verð ég kaupmaður og á peninga"
"and I'll have all those things you insist upon"
"og ég mun hafa allt þetta sem þú krefst"
"Well yes," she admitted, "but where would you be without me?"
„Jæja, já," viðurkenndi hún, „en hvar værir þú án mín?
"What would you be, if Kamala wasn't helping you?"
"Hvað værir þú ef Kamala væri ekki að hjálpa þér?"
"Dear Kamala" said Siddhartha
"Kæri Kamala," sagði Siddhartha
and he straightened up to his full height
og hann réttaði sig upp í fulla hæð
"when I came to you into your garden, I did the first step"

"Þegar ég kom til þín í garðinn þinn, tók ég fyrsta skrefið"
"It was my resolution to learn love from this most beautiful woman"
„Það var mín ákvörðun að læra ást af þessari fallegustu konu"
"that moment I had made this resolution"
„á þeirri stundu hafði ég tekið þessa ályktun"
"and I knew I would carry it out"
"og ég vissi að ég myndi framkvæma það"
"I knew that you would help me"
"Ég vissi að þú myndir hjálpa mér"
"at your first glance at the entrance of the garden I already knew it"
"við fyrstu sýn þína við innganginn í garðinum vissi ég það þegar"
"But what if I hadn't been willing?" asked Kamala
"En hvað ef ég hefði ekki verið tilbúin?" spurði Kamala
"You were willing" replied Siddhartha
"Þú varst tilbúinn" svaraði Siddhartha
"When you throw a rock into water, it takes the fastest course to the bottom"
„Þegar þú kastar steini í vatn tekur hann hraðasta leiðina til botns"
"This is how it is when Siddhartha has a goal"
„Svona er þetta þegar Siddhartha er með markmið"
"Siddhartha does nothing; he waits, he thinks, he fasts"
"Siddhartha gerir ekkert; hann bíður, hann hugsar, hann fastar"
"but he passes through the things of the world like a rock through water"
"en hann fer í gegnum hluti heimsins eins og klettur í gegnum vatn"
"he passed through the water without doing anything"
„hann fór í gegnum vatnið án þess að gera neitt"
"he is drawn to the bottom of the water"
„hann dregst að vatnsbotninum"
"he lets himself fall to the bottom of the water"

„hann lætur sig falla á vatnsbotninn"
"His goal attracts him towards it"
„Markmið hans laðar hann að því"
"he doesn't let anything enter his soul which might oppose the goal"
„hann lætur ekkert inn í sál sína sem gæti verið á móti markinu"
"This is what Siddhartha has learned among the Samanas"
„Þetta er það sem Siddhartha hefur lært meðal Samana"
"This is what fools call magic"
„Þetta er það sem fífl kalla galdra"
"they think it is done by daemons"
"þeir halda að það sé gert af púkum"
"but nothing is done by daemons"
"en ekkert er gert af púkum"
"there are no daemons in this world"
"Það eru engir púkar í þessum heimi"
"Everyone can perform magic, should they choose to"
„Allir geta framkvæmt töfra ef þeir kjósa það"
"everyone can reach his goals if he is able to think"
„allir geta náð markmiðum sínum ef hann getur hugsað"
"everyone can reach his goals if he is able to wait"
„Það geta allir náð markmiðum sínum ef hann getur beðið"
"everyone can reach his goals if he is able to fast"
„Það geta allir náð markmiðum sínum ef hann getur fastað"
Kamala listened to him; she loved his voice
Kamala hlustaði á hann; hún elskaði röddina hans
she loved the look from his eyes
hún elskaði svipinn úr augum hans
"Perhaps it is as you say, friend"
"Kannski er það eins og þú segir, vinur"
"But perhaps there is another explanation"
„En kannski er önnur skýring"
"Siddhartha is a handsome man"
"Siddhartha er myndarlegur maður"
"his glance pleases the women"

"blik hans gleður konurnar"
"good fortune comes towards him because of this"
„gæfan kemur að honum vegna þessa"
With one kiss, Siddhartha bid his farewell
Með einum kossi kvaddi Siddhartha
"I wish that it should be this way, my teacher"
"Ég vildi að þetta ætti að vera svona, kennari minn"
"I wish that my glance shall please you"
"Ég vildi að augnaráð mitt gleðji þig"
"I wish that that you always bring me good fortune"
"Ég óska þess að þú færðir mér alltaf gæfu"

With the Childlike People
Með barnslega fólkinu

Siddhartha went to Kamaswami the merchant
Siddhartha fór til Kamaswami kaupmanns
he was directed into a rich house
honum var vísað inn í ríkt hús
servants led him between precious carpets into a chamber
þjónar leiddu hann á milli dýrmætra teppa inn í herbergi
in the chamber was where he awaited the master of the house
í herberginu var þar sem hann beið húsbónda
Kamaswami entered swiftly into the room
Kamaswami gekk snöggt inn í herbergið
he was a smoothly moving man
hann var hæglátur maður
he had very gray hair and very intelligent, cautious eyes
hann var með mjög grátt hár og mjög gáfuð, varkár augu
and he had a greedy mouth
og hann hafði gráðugan munn
Politely, the host and the guest greeted one another
Kurteislega heilsuðu gestgjafinn og gesturinn
"I have been told that you were a Brahman" the merchant began
„Mér hefur verið sagt að þú værir Brahman," byrjaði kaupmaðurinn
"I have been told that you are a learned man"
„Mér hefur verið sagt að þú sért lærður maður"
"and I have also been told something else"
"og mér hefur líka verið sagt eitthvað annað"
"you seek to be in the service of a merchant"
"þú leitast við að vera í þjónustu kaupmanns"
"Might you have become destitute, Brahman, so that you seek to serve?"
"Gætir þú hafa orðið snauð, Brahman, þannig að þú leitast við að þjóna?"
"No," said Siddhartha, "I have not become destitute"

„Nei," sagði Siddhartha, „ég er ekki orðinn snauð"
"nor have I ever been destitute" added Siddhartha
„Ég hef heldur aldrei verið snauð," bætti Siddhartha við
"You should know that I'm coming from the Samanas"
"Þú ættir að vita að ég er að koma frá Samanas"
"I have lived with them for a long time"
„Ég hef búið hjá þeim lengi"
"you are coming from the Samanas"
"þú kemur frá Samanas"
"how could you be anything but destitute?"
"hvernig gætirðu verið annað en snauður?"
"Aren't the Samanas entirely without possessions?"
"Eru Samana ekki algjörlega eignalaus?"
"I am without possessions, if that is what you mean" said Siddhartha
„Ég er án eigna, ef það er það sem þú meinar," sagði Siddhartha
"But I am without possessions voluntarily"
"En ég er án eigna af fúsum og frjálsum vilja"
"and therefore I am not destitute"
"og þess vegna er ég ekki snauður"
"But what are you planning to live from, being without possessions?"
"En af hverju ætlarðu að lifa, að vera án eigna?"
"I haven't thought of this yet, sir"
„Ég hef ekki hugsað út í þetta ennþá, herra"
"For more than three years, I have been without possessions"
„Í meira en þrjú ár hef ég verið án eigna"
"and I have never thought about of what I should live"
"og ég hef aldrei hugsað um hvað ég ætti að lifa"
"So you've lived of the possessions of others"
„Þannig að þú hefur lifað af eigum annarra"
"Presumable, this is how it is?"
"Væntanlega er þetta svona?"
"Well, merchants also live of what other people own"
„Jæja, kaupmenn lifa líka af því sem aðrir eiga"

"Well said," granted the merchant
"Vel sagt," veitti kaupmaðurinn
"But he wouldn't take anything from another person for nothing"
„En hann myndi ekki taka neitt frá annarri manneskju fyrir ekki neitt"
"he would give his merchandise in return" said Kamaswami
„hann myndi gefa varninginn sinn í staðinn," sagði Kamaswami
"So it seems to be indeed"
„Svo virðist það vera"
"Everyone takes, everyone gives, such is life"
"Allir taka, allir gefa, svona er lífið"
"But if you don't mind me asking, I have a question"
„En ef þér er sama um að ég spyr, þá er ég með spurningu"
"being without possessions, what would you like to give?"
"að vera án eigna, hvað myndir þú vilja gefa?"
"Everyone gives what he has"
„Hver og einn gefur það sem hann á"
"The warrior gives strength"
„Stríðsmaðurinn gefur styrk"
"the merchant gives merchandise"
"kaupmaðurinn gefur varning"
"the teacher gives teachings"
"kennarinn kennir"
"the farmer gives rice"
"bóndinn gefur hrísgrjón"
"the fisher gives fish"
"veiðimaðurinn gefur fisk"
"Yes indeed. And what is it that you've got to give?"
"Já svo sannarlega. Og hvað er það sem þú hefur að gefa?"
"What is it that you've learned?"
"Hvað er það sem þú hefur lært?"
"what you're able to do?"
"hvað geturðu?"
"I can think. I can wait. I can fast"

"Ég get hugsað. Ég get beðið. Ég get fastað"
"That's everything?" asked Kamaswami
"Það er allt?" spurði Kamaswami
"I believe that is everything there is!"
"Ég trúi því að það sé allt sem er til!"
"And what's the use of that?"
— Og til hvers er það?
"For example; fasting. What is it good for?"
"Til dæmis; fasta. Til hvers er það gott?"
"It is very good, sir"
„Það er mjög gott, herra"
"there are times a person has nothing to eat"
"Það eru tímar sem maður hefur ekkert að borða"
"then fasting is the smartest thing he can do"
"þá er fasta það gáfulegasta sem hann getur gert"
"there was a time where Siddhartha hadn't learned to fast"
„Það var tími þar sem Siddhartha hafði ekki lært að fasta"
"in this time he had to accept any kind of service"
„á þessum tíma varð hann að þiggja hvers kyns þjónustu"
"because hunger would force him to accept the service"
„því hungrið myndi neyða hann til að þiggja þjónustuna"
"But like this, Siddhartha can wait calmly"
„En svona getur Siddhartha beðið rólegur"
"he knows no impatience, he knows no emergency"
„hann þekkir enga óþolinmæði, hann þekkir engin neyðartilvik"
"for a long time he can allow hunger to besiege him"
"í langan tíma getur hann leyft hungrinu að sitja um sig"
"and he can laugh about the hunger"
"og hann getur hlegið að hungrinu"
"This, sir, is what fasting is good for"
"Þetta, herra, er það sem fasta er gott fyrir"
"You're right, Samana" acknowledged Kamaswami
„Það er rétt hjá þér, Samana," viðurkenndi Kamaswami
"Wait for a moment" he asked of his guest
„Bíddu aðeins," spurði hann um gest sinn

Kamaswami left the room and returned with a scroll
Kamaswami yfirgaf herbergið og kom til baka með rollu
he handed Siddhartha the scroll and asked him to read it
hann rétti Siddhartha bókrolluna og bað hann að lesa hana
Siddhartha looked at the scroll handed to him
Siddhartha horfði á bókrolluna sem honum var afhent
on the scroll a sales-contract had been written
á bókrolluna hafði verið skrifaður sölusamningur
he began to read out the scroll's contents
hann byrjaði að lesa upp innihald bókrollunnar
Kamaswami was very pleased with Siddhartha
Kamaswami var mjög ánægður með Siddhartha
"would you write something for me on this piece of paper?"
"viltu skrifa eitthvað fyrir mig á þetta blað?"
He handed him a piece of paper and a pen
Hann rétti honum blað og penna
Siddhartha wrote, and returned the paper
Siddhartha skrifaði og skilaði blaðinu
Kamaswami read, "Writing is good, thinking is better"
Kamaswami las: "Að skrifa er gott, hugsa er betra"
"Being smart is good, being patient is better"
„Að vera klár er gott, að vera þolinmóður er betra"
"It is excellent how you're able to write" the merchant praised him
„Það er frábært hvernig þú getur skrifað," hrósaði kaupmaðurinn honum
"Many a thing we will still have to discuss with one another"
„Margt sem við verðum enn að ræða hvert við annað"
"For today, I'm asking you to be my guest"
„Í dag bið ég þig um að vera gestur minn"
"please come to live in this house"
"vinsamlega komdu til að búa í þessu húsi"
Siddhartha thanked Kamaswami and accepted his offer
Siddhartha þakkaði Kamaswami og tók tilboði hans
he lived in the dealer's house from now on
hann bjó í húsi sölumannsins héðan í frá

Clothes were brought to him, and shoes
Honum voru færð föt og skór
and every day, a servant prepared a bath for him
og á hverjum degi bjó þjónn honum bað

Twice a day, a plentiful meal was served
Tvisvar á dag var boðið upp á ríkulega máltíð
but Siddhartha only ate once a day
en Siddhartha borðaði bara einu sinni á dag
and he ate neither meat, nor did he drink wine
og hann át hvorki kjöt né drakk vín
Kamaswami told him about his trade
Kamaswami sagði honum frá viðskiptum sínum
he showed him the merchandise and storage-rooms
hann sýndi honum varninginn og geymslurnar
he showed him how the calculations were done
hann sýndi honum hvernig útreikningarnir voru gerðir
Siddhartha got to know many new things
Siddhartha kynntist mörgum nýjum hlutum
he heard a lot and spoke little
hann heyrði mikið og talaði lítið
but he did not forget Kamala's words
en hann gleymdi ekki orðum Kamala
so he was never subservient to the merchant
svo var hann aldrei undirgefinn kaupmanninum
he forced him to treat him as an equal
hann neyddi hann til að koma fram við hann sem jafningja
perhaps he forced him to treat him as even more than an equal
kannski neyddi hann hann til að koma fram við hann sem jafnvel meira en jafningja
Kamaswami conducted his business with care
Kamaswami stundaði viðskipti sín af alúð
and he was very passionate about his business
og hann var mjög áhugasamur um viðskipti sín
but Siddhartha looked upon all of this as if it was a game
en Siddhartha leit á þetta allt eins og þetta væri leikur

he tried hard to learn the rules of the game precisely
hann reyndi mikið að læra leikreglurnar nákvæmlega
but the contents of the game did not touch his heart
en innihald leiksins snerti ekki hjarta hans
He had not been in Kamaswami's house for long
Hann hafði ekki verið lengi í húsi Kamaswami
but soon he took part in his landlord's business
en brátt tók hann þátt í viðskiptum húsbónda síns

every day he visited beautiful Kamala
á hverjum degi heimsótti hann fallegu Kamala
Kamala had an hour appointed for their meetings
Kamala átti tíma fyrir fundi þeirra
she was wearing pretty clothes and fine shoes
hún var í fallegum fötum og fínum skóm
and soon he brought her gifts as well
og brátt færði hann henni líka gjafir
Much he learned from her red, smart mouth
Hann lærði margt af rauðum, snjöllum munni hennar
Much he learned from her tender, supple hand
Margt sem hann lærði af blíðu, mjúku hendi hennar
regarding love, Siddhartha was still a boy
varðandi ást, Siddhartha var enn strákur
and he had a tendency to plunge into love blindly
og hann hafði tilhneigingu til að sökkva sér inn í ástina í blindni
he fell into lust like into a bottomless pit
hann féll í losta eins og í botnlausa gryfju
she taught him thoroughly, starting with the basics
hún kenndi honum rækilega og byrjaði á grunnatriðum
pleasure cannot be taken without giving pleasure
ánægju er ekki hægt að taka án þess að veita ánægju
every gesture, every caress, every touch, every look
hvert látbragð, hvert stríð, hver snerting, hvert útlit
every spot of the body, however small it was, had its secret
sérhver blettur líkamans, hversu lítill sem hann var, hafði sitt leyndarmál

the secrets would bring happiness to those who know them
leyndarmálin myndu færa þeim sem þekkja þau hamingju
lovers must not part from one another after celebrating love
elskendur mega ekki skilja hver frá öðrum eftir að hafa fagnað ástinni
they must not part without one admiring the other
þau mega ekki skiljast án þess að hver dáist að öðrum
they must be as defeated as they have been victorious
þeir hljóta að vera jafn sigraðir og þeir hafa verið sigursælir
neither lover should start feeling fed up or bored
hvorugur elskhugi ætti að fara að fá nóg eða leiðindi
they should not get the evil feeling of having been abusive
þeir ættu ekki að fá þá vondu tilfinningu að hafa beitt ofbeldi
and they should not feel like they have been abused
og þeim ætti ekki að finnast eins og þeir hafi verið misnotaðir
Wonderful hours he spent with the beautiful and smart artist
Dásamlegar stundir átti hann með hinum fallega og snjalla listamanni
he became her student, her lover, her friend
hann varð nemandi hennar, elskhugi hennar, vinur hennar
Here with Kamala was the worth and purpose of his present life
Hér með Kamala var gildi og tilgangur núverandi lífs hans
his purpose was not with the business of Kamaswami
tilgangur hans var ekki með viðskiptum Kamaswami

Siddhartha received important letters and contracts
Siddhartha fékk mikilvæg bréf og samninga
Kamaswami began discussing all important affairs with him
Kamaswami byrjaði að ræða öll mikilvæg málefni við hann
He soon saw that Siddhartha knew little about rice and wool
Hann sá fljótlega að Siddhartha vissi lítið um hrísgrjón og ull
but he saw that he acted in a fortunate manner
en hann sá, at hann fór með gæfu
and Siddhartha surpassed him in calmness and equanimity
og Siddhartha fór fram úr honum í æðruleysi og jafnaðargeði

he surpassed him in the art of understanding previously unknown people
hann fór fram úr honum í listinni að skilja áður óþekkt fólk
Kamaswami spoke about Siddhartha to a friend
Kamaswami talaði um Siddhartha við vin
"This Brahman is no proper merchant"
„Þessi Brahman er enginn almennilegur kaupmaður"
"he will never be a merchant"
„hann verður aldrei kaupmaður"
"for business there is never any passion in his soul"
"fyrir viðskipti er aldrei nein ástríðu í sál hans"
"But he has a mysterious quality about him"
„En hann hefur dularfullan eiginleika yfir sér"
"this quality brings success about all by itself"
„þessi eiginleiki skilar árangri alveg af sjálfu sér"
"it could be from a good Star of his birth"
"það gæti verið frá góðri stjörnu fæðingar hans"
"or it could be something he has learned among Samanas"
„eða það gæti verið eitthvað sem hann hefur lært meðal Samana"
"He always seems to be merely playing with our business-affairs"
„Hann virðist alltaf vera bara að leika sér að viðskiptamálum okkar"
"his business never fully becomes a part of him"
„viðskipti hans verða aldrei að fullu hluti af honum"
"his business never rules over him"
"viðskipti hans ráða aldrei yfir honum"
"he is never afraid of failure"
„hann er aldrei hræddur við að mistakast"
"he is never upset by a loss"
„hann er aldrei í uppnámi vegna taps"
The friend advised the merchant
Vinurinn ráðlagði kaupmanninum
"Give him a third of the profits he makes for you"

„Gefðu honum þriðjung af hagnaðinum sem hann gerir fyrir þig"
"but let him also be liable when there are losses"
"en láti hann líka vera ábyrgan þegar tjón verða"
"Then, he'll become more zealous"
„Þá verður hann ákafari"
Kamaswami was curious, and followed the advice
Kamaswami var forvitinn og fylgdi ráðunum
But Siddhartha cared little about loses or profits
En Siddhartha var lítið sama um tap eða hagnað
When he made a profit, he accepted it with equanimity
Þegar hann græddi, þáði hann það með jafnaðargeði
when he made losses, he laughed it off
þegar hann tapaði, hló hann að því
It seemed indeed, as if he did not care about the business
Það virtist sannarlega eins og honum væri sama um viðskiptin
At one time, he travelled to a village
Einu sinni ferðaðist hann til þorps
he went there to buy a large harvest of rice
hann fór þangað að kaupa mikla hrísgrjónauppskeru
But when he got there, the rice had already been sold
En þegar þangað kom voru hrísgrjónin þegar seld
another merchant had gotten to the village before him
annar kaupmaður var kominn í sveitina á undan honum
Nevertheless, Siddhartha stayed for several days in that village
Engu að síður dvaldi Siddhartha í nokkra daga í því þorpi
he treated the farmers for a drink
hann veitti bændum drykk
he gave copper-coins to their children
hann gaf börnum þeirra koparpeninga
he joined in the celebration of a wedding
hann tók þátt í brúðkaupshátíðinni
and he returned extremely satisfied from his trip
og hann kom mjög sáttur heim úr ferð sinni

Kamaswami was angry that Siddhartha had wasted time and money
Kamaswami var reiður yfir því að Siddhartha hefði sóað tíma og peningum
Siddhartha answered "Stop scolding, dear friend!"
Siddhartha svaraði "Hættu að skamma, kæri vinur!"
"Nothing was ever achieved by scolding"
„Ekkert náðist með því að skamma"
"If a loss has occurred, let me bear that loss"
"Ef tap hefur átt sér stað, leyfðu mér að bera það tap"
"I am very satisfied with this trip"
„Ég er mjög ánægður með þessa ferð"
"I have gotten to know many kinds of people"
„Ég hef kynnst mörgum tegundum af fólki"
"a Brahman has become my friend"
„Brahman er orðinn vinur minn"
"children have sat on my knees"
„börn hafa setið á hnén á mér"
"farmers have shown me their fields"
"bændur hafa sýnt mér akra sína"
"nobody knew that I was a merchant"
"Enginn vissi að ég væri kaupmaður"
"That's all very nice," exclaimed Kamaswami indignantly
„Þetta er allt mjög fínt," hrópaði Kamaswami reiðilega
"but in fact, you are a merchant after all"
"en í raun ertu kaupmaður eftir allt saman"
"Or did you have only travel for your amusement?"
"Eða varstu bara með ferðalög þér til skemmtunar?"
"of course I have travelled for my amusement" Siddhartha laughed
„Auðvitað hef ég ferðast mér til skemmtunar," hló Siddhartha
"For what else would I have travelled?"
"Til hvers hefði ég annars ferðast?"
"I have gotten to know people and places"
„Ég hef kynnst fólki og stöðum"
"I have received kindness and trust"

„Ég hef fengið góðvild og traust"
"I have found friendships in this village"
„Ég hef fundið vináttubönd í þessu þorpi"
"if I had been Kamaswami, I would have travelled back annoyed"
„ef ég hefði verið Kamaswami, hefði ég ferðast til baka pirraður"
"I would have been in hurry as soon as my purchase failed"
„Ég hefði verið að flýta mér um leið og kaupin mistókust"
"and time and money would indeed have been lost"
"og tími og peningar hefðu örugglega tapast"
"But like this, I've had a few good days"
„En svona hef ég átt nokkra góða daga"
"I've learned from my time there"
„Ég hef lært af tíma mínum þar"
"and I have had joy from the experience"
"og ég hef haft gleði af reynslunni"
"I've neither harmed myself nor others by annoyance and hastiness"
„Ég hef hvorki skaðað sjálfan mig né aðra með gremju og fljótfærni"
"if I ever return friendly people will welcome me"
„ef ég kem einhvern tímann aftur mun vingjarnlegt fólk taka vel á móti mér"
"if I return to do business friendly people will welcome me too"
„ef ég kem aftur til að stunda viðskipti mun vingjarnlegt fólk taka vel á móti mér líka"
"I praise myself for not showing any hurry or displeasure"
„Ég hrósa sjálfum mér fyrir að sýna hvorki flýti né óánægju"
"So, leave it as it is, my friend"
„Svo láttu þetta vera eins og það er, vinur minn"
"and don't harm yourself by scolding"
"og ekki skaða sjálfan þig með því að skamma"
"If you see Siddhartha harming himself, then speak with me"

„Ef þú sérð Siddhartha skaða sjálfan sig, talaðu þá við mig"
"and Siddhartha will go on his own path"
"og Siddhartha mun fara sína eigin braut"
"But until then, let's be satisfied with one another"
„En þangað til skulum við vera sátt hvert við annað"
the merchant's attempts to convince Siddhartha were futile
Tilraunir kaupmannsins til að sannfæra Siddhartha voru tilgangslausar
he could not make Siddhartha eat his bread
hann gat ekki látið Siddhartha borða brauðið sitt
Siddhartha ate his own bread
Siddhartha borðaði sitt eigið brauð
or rather, they both ate other people's bread
eða réttara sagt, þeir átu báðir brauð annarra
Siddhartha never listened to Kamaswami's worries
Siddhartha hlustaði aldrei á áhyggjur Kamaswami
and Kamaswami had many worries he wanted to share
og Kamaswami hafði margar áhyggjur sem hann vildi deila
there were business-deals going on in danger of failing
það voru viðskiptasamningar í gangi í hættu á að mistakast
shipments of merchandise seemed to have been lost
vörusendingar virtust hafa glatast
debtors seemed to be unable to pay
skuldarar virtust ekki geta borgað
Kamaswami could never convince Siddhartha to utter words of worry
Kamaswami gat aldrei sannfært Siddhartha um að segja áhyggjuorð
Kamaswami could not make Siddhartha feel anger towards business
Kamaswami gat ekki látið Siddhartha finna til reiði í garð fyrirtækja
he could not get him to to have wrinkles on the forehead
hann gat ekki fengið hann til að vera með hrukkur á enninu
he could not make Siddhartha sleep badly
hann gat ekki látið Siddhartha sofa illa

one day, Kamaswami tried to speak with Siddhartha
Einn daginn reyndi Kamaswami að tala við Siddhartha
"Siddhartha, you have failed to learn anything new"
"Siddhartha, þér hefur mistekist að læra neitt nýtt"
but again, Siddhartha laughed at this
en aftur, Siddhartha hló að þessu
"Would you please not kid me with such jokes"
„Viltu vinsamlegast ekki grínast með svona brandara"
"What I've learned from you is how much a basket of fish costs"
„Það sem ég hef lært af þér er hvað karfa af fiski kostar"
"and I learned how much interest may be charged on loaned money"
"og ég lærði hversu háa vexti má krefjast af lánsfé"
"These are your areas of expertise"
„Þetta eru sérfræðisvið þín"
"I haven't learned to think from you, my dear Kamaswami"
"Ég hef ekki lært að hugsa frá þér, kæri Kamaswami"
"you ought to be the one seeking to learn from me"
"þú ættir að vera sá sem vill læra af mér"
Indeed his soul was not with the trade
Sannarlega var sál hans ekki með viðskiptum
The business was good enough to provide him with money for Kamala
Viðskiptin voru nógu góð til að útvega honum peninga fyrir Kamala
and it earned him much more than he needed
og það aflaði honum miklu meira en hann þurfti
Besides Kamala, Siddhartha's curiosity was with the people
Fyrir utan Kamala var forvitni Siddhartha hjá fólkinu
their businesses, crafts, worries, and pleasures
fyrirtæki þeirra, handverk, áhyggjur og ánægju
all these things used to be alien to him
allir þessir hlutir voru honum framandi
their acts of foolishness used to be as distant as the moon
Heimskuverk þeirra voru áður eins fjarlæg og tunglið

he easily succeeded in talking to all of them
honum tókst auðveldlega að tala við þá alla
he could live with all of them
hann gæti búið með þeim öllum
and he could continue to learn from all of them
og hann gæti haldið áfram að læra af þeim öllum
but there was something which separated him from them
en það var eitthvað sem skildi hann frá þeim
he could feel a divide between him and the people
hann fann skil á milli sín og fólksins
this separating factor was him being a Samana
þessi aðskilnaðarþáttur var að hann væri Samana
He saw mankind going through life in a childlike manner
Hann sá mannkynið ganga í gegnum lífið á barnslegan hátt
in many ways they were living the way animals live
á margan hátt lifðu þeir eins og dýrin lifa
he loved and also despised their way of life
hann elskaði og fyrirleit líka lífshætti þeirra
He saw them toiling and suffering
Hann sá þá strita og þjást
they were becoming gray for things unworthy of this price
þeir voru að verða gráir fyrir hlutum sem eru óverðugir þessa verðs
they did things for money and little pleasures
þeir gerðu hluti fyrir peninga og litlar nautnir
they did things for being slightly honoured
þeir gerðu hluti fyrir að vera lítillega heiðraðir
he saw them scolding and insulting each other
hann sá þá skamma og móðga hver annan
he saw them complaining about pain
hann sá þá kvarta undan sársauka
pains at which a Samana would only smile
sársauka sem Samana myndi aðeins brosa við
and he saw them suffering from deprivations
og hann sá þá líða skort
deprivations which a Samana would not feel

sviptingu sem Samana myndi ekki finna fyrir
He was open to everything these people brought his way
Hann var opinn fyrir öllu sem þetta fólk kom með
welcome was the merchant who offered him linen for sale
velkominn var kaupmaðurinn sem bauð honum lín til sölu
welcome was the debtor who sought another loan
velkominn var skuldarinn sem leitaði eftir öðru láni
welcome was the beggar who told him the story of his poverty
velkominn var betlarinn sem sagði honum fátæktarsöguna
the beggar who was not half as poor as any Samana
betlarinn sem var ekki helmingi fátækari en nokkur Samana
He did not treat the rich merchant and his servant different
Hann kom ekki öðruvísi fram við ríka kaupmanninn og þjón hans
he let street-vendor cheat him when buying bananas
hann lét götusala svindla á sér þegar hann keypti banana
Kamaswami would often complain to him about his worries
Kamaswami kvartaði oft við hann yfir áhyggjum sínum
or he would reproach him about his business
eða hann myndi ávíta hann um viðskipti sín
he listened curiously and happily
hann hlustaði forvitinn og glaður
but he was puzzled by his friend
en hann var undrandi á vini sínum
he tried to understand him
hann reyndi að skilja hann
and he admitted he was right, up to a certain point
og hann viðurkenndi að hann hefði rétt fyrir sér, upp að vissu marki
there were many who asked for Siddhartha
það voru margir sem báðu um Siddhartha
many wanted to do business with him
margir vildu eiga viðskipti við hann
there were many who wanted to cheat him
það voru margir sem vildu svíkja hann

many wanted to draw some secret out of him
margir vildu draga upp úr honum eitthvert leyndarmál
many wanted to appeal to his sympathy
margir vildu höfða til samúðar hans
many wanted to get his advice
margir vildu fá ráð hans
He gave advice to those who wanted it
Hann gaf ráð þeim sem vildu
he pitied those who needed pity
hann vorkenndi þeim sem þurftu meðaumkun
he made gifts to those who liked presents
hann gaf þeim gjafir sem líkaði við gjafir
he let some cheat him a bit
hann lét suma svíkja sig dálítið
this game which all people played occupied his thoughts
þessi leikur, sem allir menn léku, upptók hugsanir hans
he thought about this game just as much as he had about the Gods
hann hugsaði um þennan leik alveg jafn mikið og hann hafði um Guðna
deep in his chest he felt a dying voice
djúpt í brjósti sér fann hann deyjandi rödd
this voice admonished him quietly
þessi rödd áminnti hann hljóðlega
and he hardly perceived the voice inside of himself
og hann skynjaði varla röddina innra með sér
And then, for an hour, he became aware of something
Og svo, í klukkutíma, varð hann var við eitthvað
he became aware of the strange life he was leading
hann varð var við hið undarlega líf sem hann lifði
he realized this life was only a game
hann áttaði sig á því að þetta líf var aðeins leikur
at times he would feel happiness and joy
stundum fann hann fyrir hamingju og gleði
but real life was still passing him by
en raunveruleikinn fór samt framhjá honum

and it was passing by without touching him
og það fór framhjá án þess að snerta hann
Siddhartha played with his business-deals
Siddhartha lék með viðskiptasamninga sína
Siddhartha found amusement in the people around him
Siddhartha fann skemmtun í fólkinu í kringum hann
but regarding his heart, he was not with them
en um hjarta sitt var hann ekki með þeim
The source ran somewhere, far away from him
Heimildarmaðurinn hljóp einhvers staðar, langt í burtu frá honum
it ran and ran invisibly
það hljóp og hljóp ósýnilega
it had nothing to do with his life any more
það hafði ekkert með líf hans að gera lengur
at several times he became scared on account of such thoughts
nokkrum sinnum varð hann hræddur vegna slíkra hugsana
he wished he could participate in all of these childlike games
hann vildi að hann gæti tekið þátt í öllum þessum barnslegu leikjum
he wanted to really live
hann vildi virkilega lifa
he wanted to really act in their theatre
hann vildi virkilega leika í leikhúsi þeirra
he wanted to really enjoy their pleasures
hann vildi virkilega njóta ánægju þeirra
and he wanted to live, instead of just standing by as a spectator
og hann vildi lifa, í stað þess að standa bara hjá sem áhorfandi

But again and again, he came back to beautiful Kamala
En aftur og aftur kom hann aftur til fallegu Kamala
he learned the art of love
hann lærði listina að elska
and he practised the cult of lust

og hann stundaði lostadýrkun
lust, in which giving and taking becomes one
losta, þar sem að gefa og taka verður eitt
he chatted with her and learned from her
hann spjallaði við hana og lærði af henni
he gave her advice, and he received her advice
hann gaf henni ráð, og fékk hann ráð hennar
She understood him better than Govinda used to understand him
Hún skildi hann betur en Govinda var vanur að skilja hann
she was more similar to him than Govinda had been
hún var honum líkari en Govinda hafði verið
"You are like me," he said to her
"Þú ert eins og ég," sagði hann við hana
"you are different from most people"
"þú ert öðruvísi en flestir"
"You are Kamala, nothing else"
"Þú ert Kamala, ekkert annað"
"and inside of you, there is a peace and refuge"
"og innra með þér er friður og skjól"
"a refuge to which you can go at every hour of the day"
"athvarf sem þú getur leitað til á hverjum tíma sólarhringsins"
"you can be at home with yourself"
"þú getur verið heima hjá þér"
"I can do this too"
„Ég get þetta líka"
"Few people have this place"
„Fáir eiga þennan stað"
"and yet all of them could have it"
"og samt gátu þeir allir haft það"
"Not all people are smart" said Kamala
„Það eru ekki allir klárir," sagði Kamala
"No," said Siddhartha, "that's not the reason why"
„Nei," sagði Siddhartha, „það er ekki ástæðan fyrir því"
"Kamaswami is just as smart as I am"
„Kamaswami er alveg jafn klár og ég"

"but he has no refuge in himself"
"en hann á ekkert skjól í sjálfum sér"
"Others have it, although they have the minds of children"
"Aðrir hafa það, þó þeir séu með huga barna"
"Most people, Kamala, are like a falling leaf"
„Flestir, Kamala, eru eins og fallandi laufblað"
"a leaf which is blown and is turning around through the air"
"lauf sem er blásið og snýst um loftið"
"a leaf which wavers, and tumbles to the ground"
"lauf sem sveiflast og fellur til jarðar"
"But others, a few, are like stars"
"En aðrir, nokkrar, eru eins og stjörnur"
"they go on a fixed course"
"þeir fara á fast námskeið"
"no wind reaches them"
„enginn vindur nær þeim"
"in themselves they have their law and their course"
"í sjálfum sér hafa þeir lög og sinn"
"Among all the learned men I have met, there was one of this kind"
"Meðal allra lærðra manna sem ég hef hitt, var einn af þessu tagi"
"he was a truly perfected one"
„hann var sannarlega fullkominn maður"
"I'll never be able to forget him"
„Ég mun aldrei geta gleymt honum"
"It is that Gotama, the exalted one"
„Það er þessi Gotama, hinn upphafni"
"Thousands of followers are listening to his teachings every day"
„Þúsundir fylgjenda hlusta á kenningar hans á hverjum degi"
"they follow his instructions every hour"
„þeir fylgja leiðbeiningum hans á klukkutíma fresti"
"but they are all falling leaves"
"en þau eru öll fallandi lauf"

"not in themselves they have teachings and a law"
"ekki í sjálfu sér hafa þeir kenningar og lög"
Kamala looked at him with a smile
Kamala horfði brosandi á hann
"Again, you're talking about him," she said
„Aftur ertu að tala um hann," sagði hún
"again, you're having a Samana's thoughts"
"aftur, þú ert með hugsanir Samana"
Siddhartha said nothing, and they played the game of love
Siddhartha sagði ekkert og þeir léku ástina
one of the thirty or forty different games Kamala knew
einn af þeim þrjátíu eða fjörutíu mismunandi leikjum sem Kamala þekkti
Her body was flexible like that of a jaguar
Líkami hennar var sveigjanlegur eins og jagúars
flexible like the bow of a hunter
sveigjanlegur eins og bogi veiðimanns
he who had learned from her how to make love
hann sem hafði lært af henni hvernig á að elska
he was knowledgeable of many forms of lust
hann var fróður um margs konar losta
he that learned from her knew many secrets
sá sem af henni lærði vissi mörg leyndarmál
For a long time, she played with Siddhartha
Í langan tíma lék hún með Siddhartha
she enticed him and rejected him
hún tældi hann og hafnaði honum
she forced him and embraced him
hún þvingaði hann og faðmaði hann
she enjoyed his masterful skills
hún naut meistarakunnáttu hans
until he was defeated and rested exhausted by her side
þar til hann var sigraður og hvíldi örmagna við hlið hennar
The courtesan bent over him
Kurteisin beygði sig yfir hann
she took a long look at his face

hún leit lengi á andlit hans
she looked at his eyes, which had grown tired
hún leit á augu hans, sem voru orðin þreytt
"You are the best lover I have ever seen" she said thoughtfully
"Þú ert besti elskhugi sem ég hef séð," sagði hún hugsi
"You're stronger than others, more supple, more willing"
"Þú ert sterkari en aðrir, liðugri, viljugri"
"You've learned my art well, Siddhartha"
"Þú hefur lært listina mína vel, Siddhartha"
"At some time, when I'll be older, I'd want to bear your child"
„Einhvern tíma, þegar ég verð eldri, myndi ég vilja fæða barnið þitt"
"And yet, my dear, you've remained a Samana"
"Og samt, elskan mín, þú hefur verið Samana"
"and despite this, you do not love me"
"og þrátt fyrir þetta elskarðu mig ekki"
"there is nobody that you love"
"það er enginn sem þú elskar"
"Isn't it so?" asked Kamala
"Er það ekki svo?" spurði Kamala
"It might very well be so," Siddhartha said tiredly
„Það gæti vel verið," sagði Siddhartha þreytulega
"I am like you, because you also do not love"
"Ég er eins og þú, vegna þess að þú elskar ekki heldur"
"how else could you practise love as a craft?"
"hvernig gætirðu annars stundað ást sem iðn?"
"Perhaps, people of our kind can't love"
„Kannski getur fólk af okkar tegund ekki elskað"
"The childlike people can love, that's their secret"
„Barnlega fólkið getur elskað, það er leyndarmál þeirra"

Sansara

For a long time, Siddhartha had lived in the world and lust
Í langan tíma hafði Siddhartha lifað í heiminum og girnd
he lived this way though, without being a part of it
hann lifði þó þannig, án þess að vera hluti af því
he had killed this off when he had been a Samana
hann hafði drepið þetta þegar hann hafði verið Samana
but now they had awoken again
en nú höfðu þeir vaknað aftur
he had tasted riches, lust, and power
hann hafði smakkað auðæfi, losta og kraft
for a long time he had remained a Samana in his heart
í langan tíma hafði hann verið Samana í hjarta sínu
Kamala, being smart, had realized this quite right
Þar sem Kamala var klár hafði hún áttað sig á þessu alveg rétt
thinking, waiting, and fasting still guided his life
hugsun, bið og föstur réðu enn lífi hans
the childlike people remained alien to him
barnslega fólkið var honum framandi
and he remained alien to the childlike people
og hann var framandi barnsfólkinu
Years passed by; surrounded by the good life
Árin liðu; umvafin hinu góða lífi
Siddhartha hardly felt the years fading away
Siddhartha fann varla árin hverfa
He had become rich and possessed a house of his own
Hann var orðinn ríkur og átti sitt eigið hús
he even had his own servants
hann hafði meira að segja sína eigin þjóna
he had a garden before the city, by the river
hann átti garð fyrir borginni, við ána
The people liked him and came to him for money or advice
Fólkinu líkaði vel við hann og kom til hans eftir fé eða ráðum
but there was nobody close to him, except Kamala
en það var enginn nálægt honum, nema Kamala
the bright state of being awake

bjarta ástandið að vera vakandi
the feeling which he had experienced at the height of his youth
tilfinninguna sem hann hafði upplifað á hátindi æsku sinnar
in those days after Gotama's sermon
í þá daga eftir prédikun Gotama
after the separation from Govinda
eftir aðskilnaðinn frá Govinda
the tense expectation of life
spennuþrungin eftirvænting lífsins
the proud state of standing alone
það stolta ástand að standa einn
being without teachings or teachers
að vera án kennslu eða kennara
the supple willingness to listen to the divine voice in his own heart
sveigjanlegan fúsleika til að hlusta á guðdómlega röddina í sínu eigin hjarta
all these things had slowly become a memory
allt þetta var hægt og rólega orðið að minningu
the memory had been fleeting, distant, and quiet
minningin hafði verið hverful, fjarlæg og hljóðlát
the holy source, which used to be near, now only murmured
hin heilaga uppspretta, sem áður var nálægt, muldraði nú aðeins
the holy source, which used to murmur within himself
hin heilaga uppspretta, sem vanur að mögla í sjálfum sér
Nevertheless, many things he had learned from the Samanas
Engu að síður, margt sem hann hafði lært af Samanas
he had learned from Gotama
hann hafði lært af Gotama
he had learned from his father the Brahman
hann hafði lært af föður sínum Brahman
his father had remained within his being for a long time
faðir hans hafði dvalið í veru hans í langan tíma
moderate living, the joy of thinking, hours of meditation

hóflegt líf, hugsunargleði, hugleiðslustundir
the secret knowledge of the self; his eternal entity
leynileg þekking sjálfsins; eilífa veru hans
the self which is neither body nor consciousness
sjálfið sem er hvorki líkami né meðvitund
Many a part of this he still had
Margt af þessu átti hann enn
but one part after another had been submerged
en hver hluti af öðrum hafði verið á kafi
and eventually each part gathered dust
og að lokum safnaði hver hluti ryki
a potter's wheel, once in motion, will turn for a long time
leirkerasmiðshjól, þegar það er á hreyfingu, mun snúast í langan tíma
it loses its vigour only slowly
það missir kraftinn aðeins hægt
and it comes to a stop only after time
og það stöðvast aðeins eftir tíma
Siddhartha's soul had kept on turning the wheel of asceticism
Sál Siddhartha hafði haldið áfram að snúa hjóli ásatrúar
the wheel of thinking had kept turning for a long time
hjól hugsunarinnar hafði haldið áfram að snúast í langan tíma
the wheel of differentiation had still turned for a long time
aðgreiningarhjólið hafði enn snúist lengi
but it turned slowly and hesitantly
en það snerist hægt og hikandi
and it was close to coming to a standstill
og það var nálægt því að stöðvast
Slowly, like humidity entering the dying stem of a tree
Hægt, eins og raki fer inn í deyjandi stilk trés
filling the stem slowly and making it rot
fylla stilkinn hægt og láta hann rotna
the world and sloth had entered Siddhartha's soul
heimurinn og letidýrin voru komin inn í sál Siddhartha
slowly it filled his soul and made it heavy

hægt og rólega fyllti það sál hans og gerði það þungt
it made his soul tired and put it to sleep
það þreytti sál hans og svæfði hana
On the other hand, his senses had become alive
Á hinn bóginn voru skynfærin orðin lifandi
there was much his senses had learned
það var margt sem skilningarvit hans höfðu lært
there was much his senses had experienced
það var margt sem skynfærin hans höfðu upplifað
Siddhartha had learned to trade
Siddhartha hafði lært að versla
he had learned how to use his power over people
hann hafði lært að beita valdi sínu yfir fólki
he had learned how to enjoy himself with a woman
hann hafði lært að njóta sín með konu
he had learned how to wear beautiful clothes
hann hafði lært að klæðast fallegum fötum
he had learned how to give orders to servants
hann hafði lært að skipa þjónum
he had learned how to bathe in perfumed waters
hann hafði lært að baða sig í ilmvatni
He had learned how to eat tenderly and carefully prepared food
Hann hafði lært að borða ljúfan og vandlega tilbúinn mat
he even ate fish, meat, and poultry
hann borðaði meira að segja fisk, kjöt og alifugla
spices and sweets and wine, which causes sloth and forgetfulness
krydd og sælgæti og vín, sem veldur leti og gleymsku
He had learned to play with dice and on a chess-board
Hann hafði lært að spila með teningum og á skákborði
he had learned to watch dancing girls
hann hafði lært að horfa á dansstúlkur
he learned to have himself carried about in a sedan-chair
hann lærði að láta bera sig um í fólksbílastól
he learned to sleep on a soft bed

hann lærði að sofa á mjúku rúmi
But still he felt different from others
En samt fannst honum hann vera öðruvísi en aðrir
he still felt superior to the others
honum fannst hann samt æðri hinum
he always watched them with some mockery
hann fylgdist alltaf með þeim með einhverjum háði
there was always some mocking disdain to how he felt about them
það var alltaf einhver háðsleg fyrirlitning á því hvernig honum leið um þá
the same disdain a Samana feels for the people of the world
sama fyrirlitning og Samana finnur fyrir fólkinu í heiminum

Kamaswami was ailing and felt annoyed
Kamaswami var veikur og fannst hann pirraður
he felt insulted by Siddhartha
hann fannst móðgaður af Siddhartha
and he was vexed by his worries as a merchant
ok var hann hræddur af áhyggjum sínum sem kaupmaður
Siddhartha had always watched these things with mockery
Siddhartha hafði alltaf horft á þessa hluti með háði
but his mockery had become more tired
en háði hans var orðinn þreyttari
his superiority had become more quiet
yfirburðir hans voru orðnir rólegri
as slowly imperceptible as the rainy season passing by
jafn hægt ómerkjanlegt og rigningartímabilið sem líður hjá
slowly, Siddhartha had assumed something of the childlike people's ways
hægt og rólega, Siddhartha hafði gert ráð fyrir eitthvað af háttum barnslegs fólks
he had gained some of their childishness
hann hafði áunnið sér eitthvað af barnaskap þeirra
and he had gained some of their fearfulness
og hann hafði fengið nokkuð af ótta þeirra

And yet, the more be become like them the more he envied them
Og þó, því meir sem þeir verða líkir þeim, því meira öfundaði hann þá
He envied them for the one thing that was missing from him
Hann öfundaði þá af því eina sem vantaði hjá honum
the importance they were able to attach to their lives
mikilvægi sem þeir gátu lagt í líf sitt
the amount of passion in their joys and fears
magn ástríðu í gleði þeirra og ótta
the fearful but sweet happiness of being constantly in love
hin óttalega en ljúfa hamingja að vera stöðugt ástfanginn
These people were in love with themselves all of the time
Þetta fólk var ástfangið af sjálfu sér allan tímann
women loved their children, with honours or money
konur elskuðu börnin sín, með heiður eða peningum
the men loved themselves with plans or hopes
mennirnir elskuðu sig með áformum eða vonum
But he did not learn this from them
En þetta lærði hann ekki af þeim
he did not learn the joy of children
hann lærði ekki barnagleðina
and he did not learn their foolishness
og hann lærði ekki heimsku þeirra
what he mostly learned were their unpleasant things
það sem hann lærði aðallega voru óþægilegir hlutir þeirra
and he despised these things
og hann fyrirleit þessa hluti
in the morning, after having had company
um morguninn, eftir að hafa haft félagsskap
more and more he stayed in bed for a long time
æ oftar lá hann lengi í rúminu
he felt unable to think, and was tired
fannst hann ófær um að hugsa og var þreyttur
he became angry and impatient when Kamaswami bored him with his worries

hann varð reiður og óþolinmóður þegar Kamaswami leiddist honum með áhyggjum sínum

he laughed just too loud when he lost a game of dice

hann hló bara of hátt þegar hann tapaði teningaleik

His face was still smarter and more spiritual than others

Andlit hans var samt gáfaðra og andlegra en annarra

but his face rarely laughed anymore

en andlit hans hló sjaldan lengur

slowly, his face assumed other features

hægt og rólega tók andlit hans á sig önnur einkenni

the features often found in the faces of rich people

einkennin sem oft finnast í andlitum ríkra manna

features of discontent, of sickliness, of ill-humour

einkenni óánægju, veikinda, ills húmors

features of sloth, and of a lack of love

einkenni letidýrs og skorts á ást

the disease of the soul which rich people have

sálarsjúkdómurinn sem ríkt fólk hefur

Slowly, this disease grabbed hold of him

Hægt og rólega greip þessi sjúkdómur tökum á honum

like a thin mist, tiredness came over Siddhartha

Eins og þunn þoka kom þreyta yfir Siddhartha

slowly, this mist got a bit denser every day

hægt og rólega varð þessi þoka aðeins þéttari með hverjum deginum

it got a bit murkier every month

það varð aðeins grugglegra með hverjum mánuði

and every year it got a bit heavier

og með hverju ári þyngdist hann aðeins

dresses become old with time

kjólar verða gamlir með tímanum

clothes lose their beautiful colour over time

föt missa fallega litinn með tímanum

they get stains, wrinkles, worn off at the seams

þeir fá bletti, hrukkur, slitna við saumana

they start to show threadbare spots here and there

þeir byrja að sýna þráða bletti hér og þar
this is how Siddhartha's new life was
svona var nýtt líf Siddhartha
the life which he had started after his separation from Govinda
lífið sem hann hafði byrjað eftir aðskilnað sinn frá Govinda
his life had grown old and lost colour
líf hans var orðið gamalt og litið
there was less splendour to it as the years passed by
það var minni prýði eftir því sem árin liðu
his life was gathering wrinkles and stains
líf hans var að safna hrukkum og blettum
and hidden at bottom, disappointment and disgust were waiting
og falið neðst biðu vonbrigði og viðbjóð
they were showing their ugliness
þeir voru að sýna ljótleika sinn
Siddhartha did not notice these things
Siddhartha tók ekki eftir þessum hlutum
he remembered the bright and reliable voice inside of him
hann mundi eftir björtu og traustu röddinni í sér
he noticed the voice had become silent
hann tók eftir að röddin var orðin þögn
the voice which had awoken in him at that time
röddina sem hafði vaknað í honum á þeim tíma
the voice that had guided him in his best times
röddina sem hafði leiðbeint honum á sínum bestu stundum
he had been captured by the world
hann hafði verið tekinn af heiminum
he had been captured by lust, covetousness, sloth
hann hafði verið tekinn af losta, ágirnd, leti
and finally he had been captured by his most despised vice
og loks hafði hann verið tekinn af sínum mest fyrirlitna löstur
the vice which he mocked the most
sá löstur sem hann háði mest
the most foolish one of all vices

heimskulegastur allra lösta
he had let greed into his heart
hann hafði hleypt græðgi inn í hjarta sitt
Property, possessions, and riches also had finally captured him
Eigur, eigur og auður höfðu líka loksins náð honum
having things was no longer a game to him
að hafa hluti var honum ekki lengur leikur
his possessions had become a shackle and a burden
Eignir hans voru orðnar að fjötrum og byrði
It had happened in a strange and devious way
Það hafði gerst á undarlegan og dónalegan hátt
Siddhartha had gotten this vice from the game of dice
Siddhartha hafði fengið þennan löst úr teningaleiknum
he had stopped being a Samana in his heart
hann var hættur að vera Samana í hjarta sínu
and then he began to play the game for money
og svo fór hann að spila leikinn fyrir peninga
first he joined the game with a smile
fyrst kom hann brosandi til leiks
at this time he only played casually
á þessum tíma lék hann bara frjálslega
he wanted to join the customs of the childlike people
hann vildi ganga til liðs við siði barnafólksins
but now he played with an increasing rage and passion
en nú lék hann með vaxandi reiði og ástríðu
He was a feared gambler among the other merchants
Hann var óttalegur fjárhættuspilari meðal annarra kaupmanna
his stakes were so audacious that few dared to take him on
Hlutur hans var svo djarfur að fáir þorðu að taka hann að sér
He played the game due to a pain of his heart
Hann lék leikinn vegna hjartaverks
losing and wasting his wretched money brought him an angry joy

að tapa og sóa ömurlegum peningum sínum veitti honum
reiða gleði
he could demonstrate his disdain for wealth in no other way
hann gat sýnt fyrirlitningu sína á auði á engan annan hátt
he could not mock the merchants' false god in a better way
hann gat ekki með betri hætti spottað falsguð kaupmanna
so he gambled with high stakes
þannig að hann tefldi með háum fjárhæðum
he mercilessly hated himself and mocked himself
hann hataði sjálfan sig miskunnarlaust og háði sjálfan sig
he won thousands, threw away thousands
hann vann þúsundir, kastaði þúsundum
he lost money, jewellery, a house in the country
hann tapaði peningum, skartgripum, húsi í sveitinni
he won it again, and then he lost again
hann vann það aftur, og svo tapaði hann aftur
he loved the fear he felt while he was rolling the dice
hann elskaði óttann sem hann fann til þegar hann kastaði
teningunum
he loved feeling worried about losing what he gambled
hann elskaði að hafa áhyggjur af því að tapa því sem hann
tefldi
he always wanted to get this fear to a slightly higher level
hann vildi alltaf koma þessum ótta á aðeins hærra plan
he only felt something like happiness when he felt this fear
hann fann bara fyrir einhverju eins og hamingju þegar hann
fann fyrir þessum ótta
it was something like an intoxication
þetta var eitthvað eins og ölvun
something like an elevated form of life
eitthvað eins og upphækkað lífsform
something brighter in the midst of his dull life
eitthvað bjartara í miðju dauflegu lífi hans
And after each big loss, his mind was set on new riches
Og eftir hvert stórt tap stóð hugur hans til nýrra auðæfa
he pursued the trade more zealously

hann stundaði verzlunina ákafari
he forced his debtors more strictly to pay
hann neyddi skuldunauta sína harðar til að borga
because he wanted to continue gambling
vegna þess að hann vildi halda áfram að spila
he wanted to continue squandering
hann vildi halda áfram að sóa
he wanted to continue demonstrating his disdain of wealth
hann vildi halda áfram að sýna fyrirlitningu sína á auði
Siddhartha lost his calmness when losses occurred
Siddhartha missti ró sína þegar tap átti sér stað
he lost his patience when he was not paid on time
hann missti þolinmæðina þegar hann fékk ekki greitt á réttum tíma
he lost his kindness towards beggars
hann missti góðvild sína í garð betlara
He gambled away tens of thousands at one roll of the dice
Hann tefldi burt tugum þúsunda á einu teningakasti
he became more strict and more petty in his business
hann varð strangari og smásminni í viðskiptum sínum
occasionally, he was dreaming at night about money!
stundum dreymdi hann á nóttunni um peninga!
whenever he woke up from this ugly spell, he continued fleeing
alltaf þegar hann vaknaði af þessum ljóta álögum hélt hann áfram að flýja
whenever he found his face in the mirror to have aged, he found a new game
alltaf þegar hann fann andlit sitt í speglinum hafa eldst, fann hann nýjan leik
whenever embarrassment and disgust came over him, he numbed his mind
alltaf þegar vandræði og viðbjóð kom yfir hann, deyfði hann hugann
he numbed his mind with sex and wine
hann deyfði hugann með kynlífi og víni

and from there he fled back into the urge to pile up and obtain possessions
og þaðan flúði hann aftur í löngun til að hrúgast saman og ná í eigur
In this pointless cycle he ran
Í þessari tilgangslausu lotu hljóp hann
from his life he grow tired, old, and ill
frá lífi sínu þreytist hann, gamall og veikur

Then the time came when a dream warned him
Svo kom sá tími að draumur varaði hann við
He had spent the hours of the evening with Kamala
Hann hafði eytt tímum kvöldsins með Kamala
he had been in her beautiful pleasure-garden
hann hafði verið í fallega skemmtigarðinum hennar
They had been sitting under the trees, talking
Þeir höfðu setið undir trjánum og talað saman
and Kamala had said thoughtful words
og Kamala hafði sagt hugsi orð
words behind which a sadness and tiredness lay hidden
orð sem sorg og þreyta leyndist á bak við
She had asked him to tell her about Gotama
Hún hafði beðið hann að segja sér frá Gotama
she could not hear enough of him
hún heyrði ekki nóg í honum
she loved how clear his eyes were
hún elskaði hversu skýr augu hans voru
she loved how still and beautiful his mouth was
hún elskaði hversu kyrr og fallegur munnur hans var
she loved the kindness of his smile
hún elskaði góðvild brossins hans
she loved how peaceful his walk had been
hún elskaði hversu friðsæl ganga hans hafði verið
For a long time, he had to tell her about the exalted Buddha
Í langan tíma þurfti hann að segja henni frá upphafna Búdda
and Kamala had sighed, and spoke
og Kamala hafði andvarpað og talað

"One day, perhaps soon, I'll also follow that Buddha"
„Einn daginn, kannski bráðum, mun ég líka fylgja þeim Búdda"
"I'll give him my pleasure-garden for a gift"
„Ég skal gefa honum skemmtigarðinn minn að gjöf"
"and I will take my refuge in his teachings"
"og ég mun leita hælis í kenningum hans"
But after this, she had aroused him
En eftir þetta hafði hún vakið hann
she had tied him to her in the act of making love
hún hafði bundið hann við sig í ást
with painful fervour, biting and in tears
með sársaukafullum ákafa, bítandi og í tárum
it was as if she wanted to squeeze the last sweet drop out of this wine
það var eins og hún vildi kreista síðasta sæta dropann úr þessu víni
Never before had it become so strangely clear to Siddhartha
Aldrei áður hafði það orðið Siddhartha svona undarlega ljóst
he felt how close lust was akin to death
hann fann hversu nálæg girnd var dauðanum lík
he laid by her side, and Kamala's face was close to him
hann lagðist við hlið hennar, og andlit Kamala var nálægt honum
under her eyes and next to the corners of her mouth
undir augunum og við hlið munnvikanna
it was as clear as never before
það var eins skýrt og aldrei fyrr
there read a fearful inscription
þar las ógurleg áletrun
an inscription of small lines and slight grooves
áletrun með litlum línum og smáum rifum
an inscription reminiscent of autumn and old age
áletrun sem minnir á haust og elli
here and there, gray hairs among his black ones
hér og þar, grá hár meðal svartra hans

Siddhartha himself, who was only in his forties, noticed the same thing
Siddhartha sjálfur, sem var aðeins á fertugsaldri, tók eftir því sama
Tiredness was written on Kamala's beautiful face
Þreyta var skrifuð á fallegt andlit Kamala
tiredness from walking a long path
þreytu af því að ganga langa leið
a path which has no happy destination
leið sem á sér engan ánægjulegan áfangastað
tiredness and the beginning of withering
þreyta og upphaf visnunar
fear of old age, autumn, and having to die
ótta við elli, haust og að þurfa að deyja
With a sigh, he had bid his farewell to her
Með andvarpi hafði hann kvatt hana
the soul full of reluctance, and full of concealed anxiety
sálin full af tregðu og full af duldum kvíða

Siddhartha had spent the night in his house with dancing girls
Siddhartha hafði eytt nóttinni í húsi sínu með dansandi stelpum
he acted as if he was superior to them
hann lét eins og hann væri þeim æðri
he acted superior towards the fellow-members of his caste
hann virkaði yfirburðamaður gagnvart samfélögum stéttar sinnar
but this was no longer true
en þetta var ekki lengur satt
he had drunk much wine that night
hann hafði drukkið mikið vín um nóttina
and he went to bed a long time after midnight
og fór hann að sofa löngu eftir miðnætti
tired and yet excited, close to weeping and despair
þreyttur og samt spenntur, nálægt því að gráta og örvænta
for a long time he sought to sleep, but it was in vain

lengi leitaði hann að sofa, en það var til einskis
his heart was full of misery
hjarta hans var fullt af eymd
he thought he could not bear any longer
hann þóttist ekki þola lengur
he was full of a disgust, which he felt penetrating his entire body
hann var fullur af viðbjóði, sem hann fann fara í gegnum allan líkamann
like the lukewarm repulsive taste of the wine
eins og volgu fráhrindandi bragði vínsins
the dull music was a little too happy
daufa tónlistin var aðeins of glöð
the smile of the dancing girls was a little too soft
brosið hjá dansstúlkunum var aðeins of mjúkt
the scent of their hair and breasts was a little too sweet
lyktin af hárinu og brjóstunum var aðeins of sæt
But more than by anything else, he was disgusted by himself
En meira en nokkuð annað var honum ógeðslegt
he was disgusted by his perfumed hair
hann var ógeðslegur af ilmandi hárinu sínu
he was disgusted by the smell of wine from his mouth
hann fékk ógeð af vínlykt úr munni hans
he was disgusted by the listlessness of his skin
hann var ógeðslegur yfir hlátri húðarinnar
Like when someone who has eaten and drunk far too much
Eins og þegar einhver hefur borðað og drukkið allt of mikið
they vomit it back up again with agonising pain
þeir æla því aftur upp með sársaukafullum sársauka
but they feel relieved by the vomiting
en þeim finnst léttir af uppköstunum
this sleepless man wished to free himself of these pleasures
þessi svefnlausi maður vildi losa sig við þessar nautnir
he wanted to be rid of these habits
hann vildi losna við þessar venjur

he wanted to escape all of this pointless life
hann vildi flýja allt þetta tilgangslausa líf
and he wanted to escape from himself
og hann vildi flýja frá sjálfum sér
it wasn't until the light of the morning when he had slightly fallen sleep
það var ekki fyrr en í morgunsárið þegar hann hafði sofnað örlítið
the first activities in the street were already beginning
fyrstu starfsemi í götunni var þegar að hefjast
for a few moments he had found a hint of sleep
í nokkur augnablik hafði hann fundið vott af svefni
In those moments, he had a dream
Á þessum augnablikum dreymdi hann draum
Kamala owned a small, rare singing bird in a golden cage
Kamala átti lítinn, sjaldgæfan söngfugl í gullnu búri
it always sung to him in the morning
það var alltaf sungið fyrir hann á morgnana
but then he dreamt this bird had become mute
en þá dreymdi hann að þessi fugl væri orðinn mállaus
since this arose his attention, he stepped in front of the cage
þar sem þetta vakti athygli hans, steig hann fram fyrir búrið
he looked at the bird inside the cage
hann horfði á fuglinn inni í búrinu
the small bird was dead, and lay stiff on the ground
smáfuglinn var dauður og lá stirður á jörðinni
He took the dead bird out of its cage
Hann tók dauða fuglinn úr búrinu
he took a moment to weigh the dead bird in his hand
hann tók sér smá stund til að vigta dauða fuglinn í hendi sér
and then threw it away, out in the street
og henti því síðan, út á götu
in the same moment he felt terribly shocked
á sama augnabliki varð hann hræðilega hneykslaður
his heart hurt as if he had thrown away all value
hjarta hans var sárt eins og hann hefði hent öllum verðmætum

everything good had been inside of this dead bird
allt gott hafði verið inni í þessum dauða fugli
Starting up from this dream, he felt encompassed by a deep sadness
Þegar hann byrjaði á þessum draumi fannst hann umkringdur djúpri sorg
everything seemed worthless to him
allt virtist honum einskis virði
worthless and pointless was the way he had been going through life
einskis virði og tilgangslaust var hvernig hann hafði gengið í gegnum lífið
nothing which was alive was left in his hands
ekkert sem var á lífi var eftir í höndum hans
nothing which was in some way delicious could be kept
ekkert sem var á einhvern hátt ljúffengt var hægt að geyma
nothing worth keeping would stay
ekkert sem er þess virði að geyma myndi haldast
alone he stood there, empty like a castaway on the shore
einn stóð hann þar, tómur eins og skipbrotsmaður í fjörunni

With a gloomy mind, Siddhartha went to his pleasure-garden
Með drungalegum huga fór Siddhartha í skemmtigarðinn sinn
he locked the gate and sat down under a mango-tree
hann læsti hliðinu og settist undir mangótré
he felt death in his heart and horror in his chest
hann fann dauðann í hjarta sínu og skelfingu í brjósti sér
he sensed how everything died and withered in him
hann skynjaði hvernig allt dó og visnaði í honum
By and by, he gathered his thoughts in his mind
Með og við safnaði hann hugsunum sínum í huga sér
once again, he went through the entire path of his life
enn og aftur fór hann í gegnum alla ævi sína
he started with the first days he could remember
hann byrjaði á fyrstu dögum sem hann man eftir
When was there ever a time when he had felt a true bliss?

Hvenær var nokkurn tíma þegar hann hafði fundið fyrir sannri sælu?
Oh yes, several times he had experienced such a thing
Ó já, nokkrum sinnum hafði hann upplifað slíkt
In his years as a boy he had had a taste of bliss
Á árum sínum sem drengur hafði hann fengið að smakka sælu
he had felt happiness in his heart when he obtained praise from the Brahmans
hann hafði fundið hamingju í hjarta sínu þegar hann fékk lof frá Brahmanum
"There is a path in front of the one who has distinguished himself"
"Það er leið fyrir framan þann sem hefur gert sér grein fyrir"
he had felt bliss reciting the holy verses
hann hafði fundið fyrir sælu að kveða helgar vísur
he had felt bliss disputing with the learned ones
hann hafði fundið fyrir sælu að deila við lærða
he had felt bliss when he was an assistant in the offerings
hann hafði fundið fyrir sælu þegar hann var aðstoðarmaður í fórnum
Then, he had felt it in his heart
Þá hafði hann fundið það í hjarta sínu
"There is a path in front of you"
"Það er leið fyrir framan þig"
"you are destined for this path"
"þér er ætlað þessa leið"
"the gods are awaiting you"
"guðirnir bíða þín"
And again, as a young man, he had felt bliss
Og aftur, sem ungur maður, hafði hann fundið fyrir sælu
when his thoughts separated him from those thinking on the same things
þegar hugsanir hans skildu hann frá þeim sem hugsuðu um sömu hlutina
when he wrestled in pain for the purpose of Brahman
þegar hann glímdi í sársauka í tilgangi Brahmans

when every obtained knowledge only kindled new thirst in him
þegar sérhver aflað vitneskja kveikti aðeins nýjan þorsta í honum
in the midst of the pain he felt this very same thing
mitt í sársaukanum fann hann fyrir þessu sama
"Go on! You are called upon!"
"Áfram! Það er kallað á þig!"
He had heard this voice when he had left his home
Hann hafði heyrt þessa rödd þegar hann hafði yfirgefið heimili sitt
he heard heard this voice when he had chosen the life of a Samana
hann heyrði þessa rödd þegar hann hafði valið líf Samana
and again he heard this voice when left the Samanas
og aftur heyrði hann þessa rödd þegar hann yfirgaf Samana
he had heard the voice when he went to see the perfected one
hann hafði heyrt röddina þegar hann fór að sjá hinn fullkomna
and when he had gone away from the perfected one, he had heard the voice
og þegar hann var farinn frá hinum fullkomna, hafði hann heyrt röddina
he had heard the voice when he went into the uncertain
hann hafði heyrt röddina þegar hann fór inn í óvissuna
For how long had he not heard this voice anymore?
Hversu lengi hafði hann ekki heyrt þessa rödd lengur?
for how long had he reached no height anymore?
hversu lengi hafði hann ekki náð neinni hæð lengur?
how even and dull was the manner in which he went through life?
hversu jöfn og leiðinleg var hvernig hann fór í gegnum lífið?
for many long years without a high goal
í mörg löng ár án hámarksmarkmiðs
he had been without thirst or elevation
hann hafði verið án þorsta eða upphækkunar

he had been content with small lustful pleasures
hann hafði látið sér nægja smá lostafullar nautnir
and yet he was never satisfied!
og þó var hann aldrei sáttur!
For all of these years he had tried hard to become like the others
Í öll þessi ár hafði hann reynt að verða eins og hinir
he longed to be one of the childlike people
hann þráði að vera einn af barnsmunum
but he didn't know that that was what he really wanted
en hann vissi ekki að það væri það sem hann vildi í raun og veru
his life had been much more miserable and poorer than theirs
líf hans hafði verið miklu ömurlegra og fátækara en þeirra
because their goals and worries were not his
vegna þess að markmið þeirra og áhyggjur voru ekki hans
the entire world of the Kamaswami-people had only been a game to him
allur heimur Kamaswami-fólksins hafði aðeins verið leikur fyrir hann
their lives were a dance he would watch
Líf þeirra var dans sem hann myndi horfa á
they performed a comedy he could amuse himself with
þeir fluttu gamanmynd sem hann gat skemmt sér við
Only Kamala had been dear and valuable to him
Aðeins Kamala hafði verið honum kær og mikils virði
but was she still valuable to him?
en var hún honum samt mikils virði?
Did he still need her?
Þurfti hann hana enn?
Or did she still need him?
Eða þurfti hún hann enn?
Did they not play a game without an ending?
Spiluðu þeir ekki leik án enda?
Was it necessary to live for this?

Var nauðsynlegt að lifa fyrir þetta?
No, it was not necessary!
Nei, það var ekki nauðsynlegt!
The name of this game was Sansara
Nafnið á þessum leik var Sansara
a game for children which was perhaps enjoyable to play once
leik fyrir börn sem var kannski gaman að spila einu sinni
maybe it could be played twice
kannski væri hægt að spila það tvisvar
perhaps you could play it ten times
kannski þú gætir spilað það tíu sinnum
but should you play it for ever and ever?
en ættir þú að spila það að eilífu?
Then, Siddhartha knew that the game was over
Þá vissi Siddhartha að leiknum væri lokið
he knew that he could not play it any more
hann vissi að hann gæti ekki spilað það lengur
Shivers ran over his body and inside of him
Hrollur hljóp yfir líkama hans og inn í hann
he felt that something had died
honum fannst eitthvað hafa dáið

That entire day, he sat under the mango-tree
Allan daginn sat hann undir mangótrénu
he was thinking of his father
hann var að hugsa um föður sinn
he was thinking of Govinda
hann var að hugsa um Govinda
and he was thinking of Gotama
og hann var að hugsa um Gotama
Did he have to leave them to become a Kamaswami?
Þurfti hann að yfirgefa þá til að verða Kamaswami?
He was still sitting there when the night had fallen
Hann sat þar enn þá er nóttin var liðin
he caught sight of the stars, and thought to himself
hann sá stjörnurnar og hugsaði með sér

"Here I'm sitting under my mango-tree in my pleasure-garden"
"Hér sit ég undir mangótrénu mínu í skemmtigarðinum mínum"
He smiled a little to himself
Hann brosti aðeins með sjálfum sér
was it really necessary to own a garden?
var virkilega nauðsynlegt að eiga garð?
was it not a foolish game?
var þetta ekki heimskulegur leikur?
did he need to own a mango-tree?
þurfti hann að eiga mangótré?
He also put an end to this
Hann setti líka enda á þetta
this also died in him
þetta dó líka í honum
He rose and bid his farewell to the mango-tree
Hann reis upp og kvaddi mangótréð
he bid his farewell to the pleasure-garden
hann kvaddi skemmtigarðinn
Since he had been without food this day, he felt strong hunger
Þar sem hann hafði verið matarlaus þennan dag fann hann fyrir miklu hungri
and he thought of his house in the city
og hann hugsaði um hús sitt í borginni
he thought of his chamber and bed
hann hugsaði um herbergið sitt og rúmið
he thought of the table with the meals on it
hann hugsaði um borðið með máltíðunum á
He smiled tiredly, shook himself, and bid his farewell to these things
Hann brosti þreytulega, hristi sjálfan sig og kvaddi þessa hluti
In the same hour of the night, Siddhartha left his garden
Á sama tíma næturinnar yfirgaf Siddhartha garðinn sinn
he left the city and never came back

hann fór úr borginni og kom aldrei aftur

For a long time, Kamaswami had people look for him
Lengi vel lét Kamaswami fólk leita að sér
they thought he had fallen into the hands of robbers
þeir héldu að hann hefði fallið í hendur ræningja
Kamala had no one look for him
Kamala lét enginn leita að honum
she was not astonished by his disappearance
hún var ekki hissa á hvarfi hans
Did she not always expect it?
Átti hún ekki alltaf von á því?
Was he not a Samana?
Var hann ekki Samana?
a man who was at home nowhere, a pilgrim
maður sem var hvergi heima, pílagrímur
she had felt this the last time they had been together
hún hafði fundið fyrir þessu síðast þegar þau höfðu verið saman
she was happy despite all the pain of the loss
hún var hamingjusöm þrátt fyrir allan sársaukann við missinn
she was happy she had been with him one last time
hún var ánægð með að hafa verið með honum í síðasta sinn
she was happy she had pulled him so affectionately to her heart
hún var ánægð að hún hafði dregið hann svo ástúðlega að hjarta sínu
she was happy she had felt completely possessed and penetrated by him
hún var ánægð að hún hafði fundið fyrir fullkomlega andsetu og gegnsýrð af honum
When she received the news, she went to the window
Þegar hún fékk fréttirnar gekk hún að glugganum
at the window she held a rare singing bird
við gluggann hélt hún á sjaldgæfum syngjandi fugli
the bird was held captive in a golden cage
fuglinum var haldið föngnum í gullnu búri

She opened the door of the cage
Hún opnaði hurðina á búrinu
she took the bird out and let it fly
hún tók fuglinn út og lét hann fljúga
For a long time, she gazed after it
Í langan tíma horfði hún á eftir því
From this day on, she received no more visitors
Frá þessum degi fékk hún ekki fleiri gesti
and she kept her house locked
og hún hélt húsinu sínu læstu
But after some time, she became aware that she was pregnant
En eftir nokkurn tíma varð hún var við að hún væri ólétt
she was pregnant from the last time she was with Siddhartha
hún var ólétt frá því hún var síðast með Siddhartha

By the River
Við Ána

Siddhartha walked through the forest
Siddhartha gekk í gegnum skóginn
he was already far from the city
hann var þegar langt frá borginni
and he knew nothing but one thing
og hann vissi ekkert nema eitt
there was no going back for him
það var ekki aftur snúið fyrir hann
the life that he had lived for many years was over
lífi sem hann hafði lifað í mörg ár var lokið
he had tasted all of this life
hann hafði smakkað allt þetta líf
he had sucked everything out of this life
hann hafði sogið allt út úr þessu lífi
until he was disgusted with it
þangað til hann fékk ógeð á því
the singing bird he had dreamt of was dead
söngfuglinn sem hann hafði dreymt um var dáinn
and the bird in his heart was dead too
og fuglinn í hjarta hans var líka dauður
he had been deeply entangled in Sansara
hann hafði verið mjög flæktur í Sansara
he had sucked up disgust and death into his body
hann hafði sogið viðbjóð og dauða inn í líkama sinn
like a sponge sucks up water until it is full
eins og svampur sogar upp vatn þar til það er fullt
he was full of misery and death
hann var fullur af eymd og dauða
there was nothing left in this world which could have attracted him
það var ekkert eftir í þessum heimi sem hefði getað laðað hann að sér
nothing could have given him joy or comfort
ekkert hefði getað veitt honum gleði eða huggun

he passionately wished to know nothing about himself anymore
hann vildi ástríðufullur vita ekkert um sjálfan sig lengur
he wanted to have rest and be dead
hann vildi fá hvíld og vera dáinn
he wished there was a lightning-bolt to strike him dead!
hann vildi að það væri elding til að slá hann til bana!
If there only was a tiger to devour him!
Ef það væri bara tígrisdýr til að éta hann!
If there only was a poisonous wine which would numb his senses
Ef aðeins væri til eitrað vín sem myndi deyfa skilningarvit hans
a wine which brought him forgetfulness and sleep
vín sem færði honum gleymsku og svefn
a wine from which he wouldn't awake from
vín sem hann myndi ekki vakna af
Was there still any kind of filth he had not soiled himself with?
Var enn einhver óþverri sem hann hafði ekki óhreinkað sig með?
was there a sin or foolish act he had not committed?
var einhver synd eða heimskuleg athöfn sem hann hafði ekki framið?
was there a dreariness of the soul he didn't know?
var einhver dapurleiki í sálinni sem hann þekkti ekki?
was there anything he had not brought upon himself?
var eitthvað sem hann hafði ekki fært yfir sig?
Was it still at all possible to be alive?
Var samt yfirhöfuð hægt að vera á lífi?
Was it possible to breathe in again and again?
Var hægt að anda inn aftur og aftur?
Could he still breathe out?
Gæti hann samt andað út?
was he able to bear hunger?
gat hann borið hungur?

was there any way to eat again?
var einhver leið til að borða aftur?
was it possible to sleep again?
var hægt að sofa aftur?
could he sleep with a woman again?
gæti hann sofið hjá konu aftur?
had this cycle not exhausted itself?
hafði þessi hringrás ekki klárast sjálf?
were things not brought to their conclusion?
voru hlutir ekki komnir til lykta?

Siddhartha reached the large river in the forest
Siddhartha náði stóru ánni í skóginum
it was the same river he crossed when he had still been a young man
það var sama áin og hann fór yfir þegar hann hafði enn verið ungur maður
it was the same river he crossed from the town of Gotama
það var sama áin og hann fór yfir frá bænum Gotama
he remembered a ferryman who had taken him over the river
hann mundi eftir ferjumanni sem hafði farið með hann yfir ána
By this river he stopped, and hesitantly he stood at the bank
Við þetta ána nam hann staðar, og hikandi stóð hann við bakkann
Tiredness and hunger had weakened him
Þreyta og hungur hafði veikt hann
"what should I walk on for?"
"til hvers ætti ég að ganga?"
"to what goal was there left to go?"
"í hvaða markmiði var eftir að fara?"
No, there were no more goals
Nei, það voru ekki fleiri mörk
there was nothing left but a painful yearning to shake off this dream

það var ekkert eftir nema sár þrá að hrista þennan draum af sér
he yearned to spit out this stale wine
hann þráði að spýta út úr sér þessu lúna víni
he wanted to put an end to this miserable and shameful life
hann vildi binda enda á þetta ömurlega og skammarlega líf
a coconut-tree bent over the bank of the river
kókoshnetutré beygði sig yfir bakka árinnar
Siddhartha leaned against its trunk with his shoulder
Siddhartha hallaði sér að skottinu með öxlinni
he embraced the trunk with one arm
hann faðmaði skottið með öðrum handleggnum
and he looked down into the green water
og hann horfði niður í græna vatnið
the water ran under him
vatnið rann undir hann
he looked down and found himself to be entirely filled with the wish to let go
hann leit niður og fann að hann fylltist algjörlega lönguninni til að sleppa takinu
he wanted to drown in these waters
hann vildi drukkna í þessum vötnum
the water reflected a frightening emptiness back at him
vatnið endurspeglaði ógnvekjandi tómleika aftur til hans
the water answered to the terrible emptiness in his soul
vatnið svaraði hræðilegu tómleikanum í sál hans
Yes, he had reached the end
Já, hann var kominn á endastöð
There was nothing left for him, except to annihilate himself
Það var ekkert eftir fyrir hann, nema að tortíma sjálfum sér
he wanted to smash the failure into which he had shaped his life
hann langaði til að mölva bilunina sem hann hafði mótað líf sitt í
he wanted to throw his life before the feet of mockingly laughing gods

hann vildi kasta lífi sínu fyrir fætur hæðnislega hlæjandi guða
This was the great vomiting he had longed for; death
Þetta var sú mikla uppköst sem hann hafði þráð; dauða
the smashing to bits of the form he hated
mölbrotið í þá mynd sem hann hataði
Let him be food for fishes and crocodiles
Leyfðu honum að vera matur fyrir fiska og krókódíla
Siddhartha the dog, a lunatic
Hundurinn Siddhartha, brjálæðingur
a depraved and rotten body; a weakened and abused soul!
siðspilltur og rotinn líkami; veikt og misnotuð sál!
let him be chopped to bits by the daemons
láttu púkarnir höggva hann í bita
With a distorted face, he stared into the water
Með brenglað andlit starði hann út í vatnið
he saw the reflection of his face and spat at it
hann sá spegilmynd andlits síns og hrækti á það
In deep tiredness, he took his arm away from the trunk of the tree
Í mikilli þreytu tók hann handlegginn frá tréstofninum
he turned a bit, in order to let himself fall straight down
hann sneri sér aðeins, til þess að láta sig detta beint niður
in order to finally drown in the river
til þess að geta loksins drukknað í ánni
With his eyes closed, he slipped towards death
Með lokuð augun rann hann til dauðans
Then, out of remote areas of his soul, a sound stirred up
Síðan kom hljóð úr afskekktum svæðum sálar hans
a sound stirred up out of past times of his now weary life
hljóð sem hrærðist upp frá fyrri tímum í nú þreytu lífi hans
It was a singular word, a single syllable
Þetta var einstakt orð, eitt atkvæði
without thinking he spoke the voice to himself
án þess að hugsa um hann talaði röddina við sjálfan sig
he slurred the beginning and the end of all prayers of the Brahmans

hann reifaði upphaf og lok allra bæna Brahmananna
he spoke the holy Om
hann mælti hið heilaga Om
"that what is perfect" or "the completion"
„það sem er fullkomið" eða „lokunin"
And in the moment he realized the foolishness of his actions
Og í augnablikinu áttaði hann sig á heimsku gjörða sinna
the sound of Om touched Siddhartha's ear
hljóðið af Om snerti eyra Siddhartha
his dormant spirit suddenly woke up
Sofandi andi hans vaknaði skyndilega
Siddhartha was deeply shocked
Siddhartha var mjög hneykslaður
he saw this was how things were with him
hann sá að svona var með hann
he was so doomed that he had been able to seek death
hann var svo dæmdur að hann hafði getað leitað dauðans
he had lost his way so much that he wished the end
hann hafði villst svo mikið að hann vildi endalokin
the wish of a child had been able to grow in him
ósk barns hafði getað vaxið í honum
he had wished to find rest by annihilating his body!
hann hafði viljað finna hvíld með því að tortíma líkama sínum!
all the agony of recent times
allar kvöl síðari tíma
all sobering realizations that his life had created
allt edrú áttun sem líf hans hafði skapað
all the desperation that he had felt
alla örvæntingu sem hann hafði fundið fyrir
these things did not bring about this moment
þessir hlutir urðu ekki til þessa augnabliks
when the Om entered his consciousness he became aware of himself
þegar Om kom inn í meðvitund hans varð hann meðvitaður um sjálfan sig

he realized his misery and his error
hann áttaði sig á eymd sinni og villu sinni
Om! he spoke to himself
Om! hann talaði við sjálfan sig
Om! and again he knew about Brahman
Om! og aftur vissi hann um Brahman
Om! he knew about the indestructibility of life
Om! hann vissi um óslítandi lífsins
Om! he knew about all that is divine, which he had forgotten
Om! hann vissi um allt það guðdómlega, sem hann hafði gleymt
But this was only a moment that flashed before him
En þetta var aðeins augnablik sem blasti við honum
By the foot of the coconut-tree, Siddhartha collapsed
Við rætur kókoshnetutrésins féll Siddhartha saman
he was struck down by tiredness
hann varð fyrir þreytu
mumbling "Om", he placed his head on the root of the tree
muldraði „Om" og lagði höfuðið á rót trésins
and he fell into a deep sleep
og hann féll í djúpan svefn
Deep was his sleep, and without dreams
Djúpur var svefn hans og draumlaus
for a long time he had not known such a sleep any more
lengi hafði hann ekki vitað slíkan svefn lengur

When he woke up after many hours, he felt as if ten years had passed
Þegar hann vaknaði eftir marga klukkutíma leið honum eins og tíu ár væru liðin
he heard the water quietly flowing
hann heyrði vatnið renna hljóðlega
he did not know where he was
hann vissi ekki hvar hann var
and he did not know who had brought him here
ok vissi hann ekki, hverr hafði flutt hann hingað

he opened his eyes and looked with astonishment
hann opnaði augun og horfði undrandi á
there were trees and the sky above him
fyrir ofan hann voru tré og himinn
he remembered where he was and how he got here
hann mundi hvar hann var og hvernig hann komst hingað
But it took him a long while for this
En það tók hann langan tíma fyrir þetta
the past seemed to him as if it had been covered by a veil
fortíðin virtist honum eins og hún hefði verið hulin blæju
infinitely distant, infinitely far away, infinitely meaningless
óendanlega fjarlæg, óendanlega langt í burtu, óendanlega tilgangslaus
He only knew that his previous life had been abandoned
Hann vissi aðeins að fyrra líf hans var yfirgefið
this past life seemed to him like a very old, previous incarnation
þetta fyrra líf virtist honum vera mjög gömul, fyrri holdgerving
this past life felt like a pre-birth of his present self
þetta fyrra líf leið eins og forfæðing núverandi sjálfs hans
full of disgust and wretchedness, he had intended to throw his life away
fullur viðbjóðs og vesalings hafði hann ætlað að kasta lífi sínu
he had come to his senses by a river, under a coconut-tree
hann var kominn til vits og ára við á, undir kókoshnetutré
the holy word "Om" was on his lips
hið heilaga orð "Om" var á vörum hans
he had fallen asleep and had now woken up
hann hafði sofnað og var nú vaknaður
he was looking at the world as a new man
hann var að horfa á heiminn sem nýjan mann
Quietly, he spoke the word "Om" to himself
Hljóðlega talaði hann orðið „Om" við sjálfan sig
the "Om" he was speaking when he had fallen asleep
„Om" sem hann var að tala þegar hann hafði sofnað

his sleep felt like nothing more than a long meditative recitation of "Om"
Svefn hans leið eins og ekkert annað en langur hugleiðandi upplestur á „Om"
all his sleep had been a thinking of "Om"
allur svefninn hans hafði verið að hugsa um "Om"
a submergence and complete entering into "Om"
kaf og fullkomið inngöngu í "Om"
a going into the perfected and completed
að fara inn í hið fullkomna og fullkomna
What a wonderful sleep this had been!
Þvílíkur dásamlegur svefn sem þetta hafði verið!
he had never before been so refreshed by sleep
hann hafði aldrei áður verið jafn hress af svefni
Perhaps, he really had died
Kannski var hann í raun og veru dáinn
maybe he had drowned and was reborn in a new body?
kannski hafði hann drukknað og endurfæddur í nýjum líkama?
But no, he knew himself and who he was
En nei, hann vissi sjálfan sig og hver hann var
he knew his hands and his feet
hann þekkti hendur sínar og fætur
he knew the place where he lay
hann vissi hvar hann lá
he knew this self in his chest
hann þekkti þetta sjálf í brjósti sér
Siddhartha the eccentric, the weird one
Siddhartha sérvitringurinn, skrítinn
but this Siddhartha was nevertheless transformed
en þessi Siddhartha var engu að síður umbreytt
he was strangely well rested and awake
hann var undarlega vel hvíldur og vakandi
and he was joyful and curious
og hann var glaður og forvitinn

Siddhartha straightened up and looked around

Siddhartha rétti úr sér og leit í kringum sig
then he saw a person sitting opposite to him
þá sá hann mann sitja gegnt honum
a monk in a yellow robe with a shaven head
munkur í gulum skikkju með rakað höfuð
he was sitting in the position of pondering
hann sat í þeirri stöðu að hugleiða
He observed the man, who had neither hair on his head nor a beard
Hann fylgdist með manninum sem var hvorki með hár á höfði né skegg
he had not observed him for long when he recognised this monk
hann hafði ekki lengi fylgst með honum þegar hann þekkti munk þennan
it was Govinda, the friend of his youth
það var Govinda, æskuvinur hans
Govinda, who had taken his refuge with the exalted Buddha
Govinda, sem hafði leitað skjóls hjá hinum upphafna Búdda
Like Siddhartha, Govinda had also aged
Eins og Siddhartha hafði Govinda líka elst
but his face still bore the same features
en andlit hans bar samt sömu einkenni
his face still expressed zeal and faithfulness
andlit hans lýsti enn ákafa og trúmennsku
you could see he was still searching, but timidly
þú sást að hann var enn að leita, en óttalega
Govinda sensed his gaze, opened his eyes, and looked at him
Govinda skynjaði augnaráð hans, opnaði augun og horfði á hann
Siddhartha saw that Govinda did not recognise him
Siddhartha sá að Govinda þekkti hann ekki
Govinda was happy to find him awake
Govinda var ánægð að finna hann vakandi
apparently, he had been sitting here for a long time

greinilega hafði hann setið hér lengi
he had been waiting for him to wake up
hann hafði beðið eftir að hann vaknaði
he waited, although he did not know him
hann beið, þó hann þekkti hann ekki
"I have been sleeping" said Siddhartha
„Ég hef sofið," sagði Siddhartha
"How did you get here?"
"Hvernig komst þú hingað?"
"You have been sleeping" answered Govinda
"Þú hefur sofið," svaraði Govinda
"It is not good to be sleeping in such places"
„Það er ekki gott að sofa á svona stöðum"
"snakes and the animals of the forest have their paths here"
„snákar og dýr skógarins eiga leið sína hingað"
"I, oh sir, am a follower of the exalted Gotama"
"Ég, ó, herra, er fylgismaður hins upphafna Gotama"
"I was on a pilgrimage on this path"
„Ég var í pílagrímsferð á þessari leið"
"I saw you lying and sleeping in a place where it is dangerous to sleep"
„Ég sá þig liggja og sofa á stað þar sem hættulegt er að sofa"
"Therefore, I sought to wake you up"
„Þess vegna leitaðist ég við að vekja þig"
"but I saw that your sleep was very deep"
"en ég sá að svefn þinn var mjög djúpur"
"so I stayed behind from my group"
„svo ég varð eftir úr hópnum mínum"
"and I sat with you until you woke up"
"og ég sat hjá þér þangað til þú vaknaðir"
"And then, so it seems, I have fallen asleep myself"
„Og svo virðist ég hafa sofnað sjálfur"
"I, who wanted to guard your sleep, fell asleep"
"Ég, sem vildi gæta svefns þíns, sofnaði"
"Badly, I have served you"
"Illa, ég hef þjónað þér"

"tiredness had overwhelmed me"
„þreyta hafði yfirbugað mig"
"But since you're awake, let me go to catch up with my brothers"
"En fyrst þú ert vakandi, leyfðu mér að fara að ná í bræður mína"
"I thank you, Samana, for watching out over my sleep" spoke Siddhartha
„Ég þakka þér, Samana, fyrir að passa upp á svefninn minn," sagði Siddhartha
"You're friendly, you followers of the exalted one"
„Þið eruð vingjarnlegir, þið fylgjendur hins upphafna"
"Now you may go to them"
„Nú máttu fara til þeirra"
"I'm going, sir. May you always be in good health"
"Ég er að fara, herra. Megir þú alltaf vera við góða heilsu"
"I thank you, Samana"
"Ég þakka þér, Samana"
Govinda made the gesture of a salutation and said "Farewell"
Govinda gerði kveðjuorð og sagði „Bless"
"Farewell, Govinda" said Siddhartha
"Vertu sæll, Govinda," sagði Siddhartha
The monk stopped as if struck by lightning
Munkurinn nam staðar eins og eldingu hefði orðið fyrir honum
"Permit me to ask, sir, from where do you know my name?"
"Leyfðu mér að spyrja, herra, hvaðan veistu hvað ég heiti?"
Siddhartha smiled, "I know you, oh Govinda, from your father's hut"
Siddhartha brosti, "Ég þekki þig, ó Govinda, frá kofa föður þíns"
"and I know you from the school of the Brahmans"
"og ég þekki þig frá skóla Brahmananna"
"and I know you from the offerings"
"og ég þekki þig af fórnunum"

"and I know you from our walk to the Samanas"
"og ég þekki þig frá göngu okkar til Samanas"
"and I know you from when you took refuge with the exalted one"
"og ég þekki þig frá því þú leitaðir hælis hjá hinum upphafna"
"You're Siddhartha," Govinda exclaimed loudly, "Now, I recognise you"
"Þú ert Siddhartha," hrópaði Govinda hátt, "Nú, ég þekki þig."
"I don't comprehend how I couldn't recognise you right away"
"Ég skil ekki hvernig ég gat ekki þekkt þig strax"
"Siddhartha, my joy is great to see you again"
"Siddhartha, gleði mín er mikil að sjá þig aftur"
"It also gives me joy, to see you again" spoke Siddhartha
„Það veitir mér líka gleði að sjá þig aftur," sagði Siddhartha
"You've been the guard of my sleep"
"Þú hefur verið vörður svefns míns"
"again, I thank you for this"
"Enn og aftur, ég þakka þér fyrir þetta"
"but I wouldn't have required any guard"
"en ég hefði ekki þurft neina gæslu"
"Where are you going to, oh friend?"
"Hvert ertu að fara, ó vinur?"
"I'm going nowhere," answered Govinda
"Ég fer hvergi," svaraði Govinda
"We monks are always travelling"
„Við munkarnir erum alltaf að ferðast"
"whenever it is not the rainy season, we move from one place to another"
„Þegar það er ekki rigningartímabilið, flytjum við frá einum stað til annars"
"we live according to the rules of the teachings passed on to us"
"við lifum samkvæmt reglum þeirra kenninga sem okkur eru sendar"
"we accept alms, and then we move on"

„við þiggjum ölmusu og höldum svo áfram"
"It is always like this"
„Þetta er alltaf svona"
"But you, Siddhartha, where are you going to?"
"En þú, Siddhartha, hvert ertu að fara?"
"for me it is as it is with you"
"fyrir mér er þetta eins og það er hjá þér"
"I'm going nowhere; I'm just travelling"
„Ég fer hvergi, ég er bara að ferðast"
"I'm also on a pilgrimage"
„Ég er líka í pílagrímsferð"
Govinda spoke "You say you're on a pilgrimage, and I believe you"
Govinda talaði "Þú segir að þú sért í pílagrímsferð og ég trúi þér"
"But, forgive me, oh Siddhartha, you do not look like a pilgrim"
"En fyrirgefðu mér, ó Siddhartha, þú lítur ekki út eins og pílagrímur"
"You're wearing a rich man's garments"
"Þú ert í fötum ríks manns"
"you're wearing the shoes of a distinguished gentleman"
"þú ert í skóm virðulegs herramanns"
"and your hair, with the fragrance of perfume, is not a pilgrim's hair"
"og hárið þitt, með ilmvatnsilmi, er ekki pílagrímshár"
"you do not have the hair of a Samana"
"þú ert ekki með hár eins og Samana"
"you are right, my dear"
"Það er rétt hjá þér elskan mín"
"you have observed things well"
"þú hefur fylgst vel með hlutunum"
"your keen eyes see everything"
"glögg augu þín sjá allt"
"But I haven't said to you that I was a Samana"
"En ég hef ekki sagt við þig að ég væri Samana"

"I said I'm on a pilgrimage"
„Ég sagðist vera í pílagrímsferð"
"And so it is, I'm on a pilgrimage"
„Og svo er það, ég er í pílagrímsferð"
"You're on a pilgrimage" said Govinda
"Þú ert í pílagrímsferð," sagði Govinda
"But few would go on a pilgrimage in such clothes"
„En fáir myndu fara í pílagrímsferð í slíkum fötum"
"few would pilger in such shoes"
„fáir myndu flakka í svona skóm"
"and few pilgrims have such hair"
"og fáir pílagrímar hafa svona hár"
"I have never met such a pilgrim"
„Ég hef aldrei hitt svona pílagrím"
"and I have been a pilgrim for many years"
"og ég hef verið pílagrímur í mörg ár"
"I believe you, my dear Govinda"
"Ég trúi þér, elsku Govinda mín"
"But now, today, you've met a pilgrim just like this"
"En núna, í dag, hefurðu hitt pílagrím alveg eins og þennan"
"a pilgrim wearing these kinds of shoes and garment"
„pílagrímur klæddur svona skóm og fötum"
"Remember, my dear, the world of appearances is not eternal"
"Mundu, elskan mín, heimur útlitsins er ekki eilífur"
"our shoes and garments are anything but eternal"
"skór okkar og flíkur eru allt annað en eilíft"
"our hair and bodies are not eternal either"
„hár okkar og líkamar eru ekki heldur eilífir"
I'm wearing a rich man's clothes"
Ég er í fötum ríks manns"
"you've seen this quite right"
"þú hefur séð þetta alveg rétt"
"I'm wearing them, because I have been a rich man"
„Ég er í þeim, því ég hef verið ríkur maður"

"and I'm wearing my hair like the worldly and lustful people"
"og ég er með hárið mitt eins og veraldlegt og lostafullt fólk"
"because I have been one of them"
"því ég hef verið einn af þeim"
"And what are you now, Siddhartha?" Govinda asked
"Og hvað ertu núna, Siddhartha?" spurði Govinda
"I don't know it, just like you"
"Ég veit það ekki, alveg eins og þú"
"I was a rich man, and now I am not a rich man anymore"
„Ég var ríkur maður og nú er ég ekki lengur ríkur maður"
"and what I'll be tomorrow, I don't know"
"og hvað ég verð á morgun, ég veit ekki"
"You've lost your riches?" asked Govinda
"Ertu búinn að tapa auðæfum þínum?" spurði Govinda
"I've lost my riches, or they have lost me"
„Ég hef tapað auðæfum mínum, eða þeir hafa misst mig"
"My riches somehow happened to slip away from me"
„Auðurinn minn fór einhvern veginn frá mér"
"The wheel of physical manifestations is turning quickly, Govinda"
„Hjól líkamlegra birtinga snýst hratt, Govinda"
"Where is Siddhartha the Brahman?"
"Hvar er Siddhartha Brahman?"
"Where is Siddhartha the Samana?"
"Hvar er Siddhartha Samana?"
"Where is Siddhartha the rich man?"
"Hvar er Siddhartha ríki maðurinn?"
"Non-eternal things change quickly, Govinda, you know it"
„Hlutir sem ekki eru eilífir breytast fljótt, Govinda, þú veist það"
Govinda looked at the friend of his youth for a long time
Govinda horfði lengi á æskuvin sinn
he looked at him with doubt in his eyes
hann horfði á hann með efa í augum

After that, he gave him the salutation which one would use on a gentleman
Eftir það gaf hann honum kveðjuna sem maður myndi nota á herramann
and he went on his way, and continued his pilgrimage
og hann fór leiðar sinnar og hélt áfram pílagrímsferð sinni
With a smiling face, Siddhartha watched him leave
Með brosandi andliti horfði Siddhartha á hann fara
he loved him still, this faithful, fearful man
hann elskaði hann enn, þennan trúa, óttalega mann
how could he not have loved everybody and everything in this moment?
hvernig gat hann ekki elskað alla og allt á þessari stundu?
in the glorious hour after his wonderful sleep, filled with Om!
í dýrðarstundinni eftir dásamlega svefninn hans, fullur af Om!
The enchantment, which had happened inside of him in his sleep
Töfrandi, sem hafði gerst innra með honum í svefni
this enchantment was everything that he loved
þessi töfrandi var allt sem hann elskaði
he was full of joyful love for everything he saw
hann var fullur af glaðværri ást á öllu sem hann sá
exactly this had been his sickness before
einmitt þetta hafði verið veikindi hans áður
he had not been able to love anybody or anything
hann hafði ekki getað elskað neinn eða neitt
With a smiling face, Siddhartha watched the leaving monk
Með brosandi andliti horfði Siddhartha á munkinn sem fór

The sleep had strengthened him a lot
Svefninn hafði styrkt hann mikið
but hunger gave him great pain
en hungrið veitti honum mikla kvöl
by now he had not eaten for two days
nú hafði hann ekki borðað í tvo daga
the times were long past when he could resist such hunger

þeir tímar voru löngu liðnir þegar hann gat staðist slíkt hungur
With sadness, and yet also with a smile, he thought of that time
Með trega, og þó líka brosandi, hugsaði hann um þann tíma
In those days, so he remembered, he had boasted of three things to Kamala
Í þá daga, svo hann mundi, hafði hann státað af þrennu við Kamala
he had been able to do three noble and undefeatable feats
hann hafði getað unnið þrjú göfug og ósigrandi afrek
he was able to fast, wait, and think
hann gat fastað, beðið og hugsað
These had been his possessions; his power and strength
Þetta höfðu verið eigur hans; kraftur hans og styrkur
in the busy, laborious years of his youth, he had learned these three feats
á erfiðum og erfiðum árum æsku sinnar hafði hann lært þessa þrjá afrek
And now, his feats had abandoned him
Og nú höfðu afrek hans yfirgefið hann
none of his feats were his any more
ekkert af afrekum hans var hans lengur
neither fasting, nor waiting, nor thinking
hvorki fasta né bíða né hugsa
he had given them up for the most wretched things
hann hafði gefið þá upp fyrir hina ömurlegustu hluti
what is it that fades most quickly?
hvað er það sem hverfur fljótast?
sensual lust, the good life, and riches!
munúðarfulla girnd, hið góða líf og auðæfi!
His life had indeed been strange
Líf hans hafði sannarlega verið undarlegt
And now, so it seemed, he had really become a childlike person

Og nú, svo það virtist, var hann virkilega orðinn barngóður maður
Siddhartha thought about his situation
Siddhartha hugsaði um aðstæður sínar
Thinking was hard for him now
Hugsunin var honum erfið núna
he did not really feel like thinking
honum fannst eiginlega ekki gaman að hugsa
but he forced himself to think
en hann neyddi sjálfan sig til að hugsa
"all these most easily perishing things have slipped from me"
"allir þessir auðveldustu hlutir hafa runnið frá mér"
"again, now I'm standing here under the sun"
"aftur, nú stend ég hér undir sólinni"
"I am standing here just like a little child"
„Ég stend hér eins og lítið barn"
"nothing is mine, I have no abilities"
"ekkert er mitt, ég hef enga hæfileika"
"there is nothing I could bring about"
"Það er ekkert sem ég gæti komið með"
"I have learned nothing from my life"
„Ég hef ekkert lært af lífi mínu"
"How wondrous all of this is!"
"Hversu dásamlegt er þetta allt saman!"
"it's wondrous that I'm no longer young"
„Það er dásamlegt að ég sé ekki lengur ungur"
"my hair is already half gray and my strength is fading"
"hárið mitt er þegar hálfgrátt og krafturinn minn er að dofna"
"and now I'm starting again at the beginning, as a child!"
"og nú byrja ég aftur á byrjuninni, sem barn!"
Again, he had to smile to himself
Aftur varð hann að brosa með sjálfum sér
Yes, his fate had been strange!
Já, örlög hans höfðu verið undarleg!
Things were going downhill with him

Hlutirnir fóru niður á við hjá honum
and now he was again facing the world naked and stupid
og nú stóð hann aftur frammi fyrir heiminum nakinn og heimskur
But he could not feel sad about this
En hann gat ekki verið leiður yfir þessu
no, he even felt a great urge to laugh
nei, hann fann meira að segja mikla löngun til að hlæja
he felt an urge to laugh about himself
hann fann fyrir löngun til að hlæja að sjálfum sér
he felt an urge to laugh about this strange, foolish world
hann fann fyrir löngun til að hlæja að þessum undarlega heimskulega heimi
"Things are going downhill with you!" he said to himself
"Hlutirnir fara niður á við hjá þér!" sagði hann við sjálfan sig
and he laughed about his situation
og hann hló að ástandi sínu
as he was saying it he happened to glance at the river
þegar hann var að segja það, þá leit hann til ánna
and he also saw the river going downhill
og hann sá líka ána fara niður á við
it was singing and being happy about everything
það var sungið og glaðst yfir öllu
He liked this, and kindly he smiled at the river
Þetta líkaði honum vel og brosti vingjarnlega til ánna
Was this not the river in which he had intended to drown himself?
Var þetta ekki áin sem hann ætlaði að drukkna í?
in past times, a hundred years ago
á fyrri tímum, fyrir hundrað árum
or had he dreamed this?
eða hafði hann dreymt þetta?
"Wondrous indeed was my life" he thought
„Líf mitt var dásamlegt," hugsaði hann
"my life has taken wondrous detours"
„Líf mitt hefur tekið stórkostlegar krókaleiðir"

"As a boy, I only dealt with gods and offerings"
„Sem strákur var ég bara með guði og fórnir"
"As a youth, I only dealt with asceticism"
„Sem unglingur var ég aðeins að takast á við ásatrú"
"I spent my time in thinking and meditation"
„Ég eyddi tíma mínum í hugsun og hugleiðslu"
"I was searching for Brahman
„Ég var að leita að Brahman
"and I worshipped the eternal in the Atman"
"og ég dýrkaði hið eilífa í Atman"
"But as a young man, I followed the penitents"
"En sem ungur maður fylgdi ég iðrunarmönnum"
"I lived in the forest and suffered heat and frost"
„Ég bjó í skóginum og varð fyrir hita og frosti"
"there I learned how to overcome hunger"
„þar lærði ég að sigrast á hungri"
"and I taught my body to become dead"
"og ég kenndi líkama mínum að verða dauður"
"Wonderfully, soon afterwards, insight came towards me"
"Dásamlega, skömmu síðar kom innsýn í átt að mér"
"insight in the form of the great Buddha's teachings"
"innsýn í formi kenninga hins mikla Búdda"
"I felt the knowledge of the oneness of the world"
„Ég fann þekkinguna á einingu heimsins"
"I felt it circling in me like my own blood"
„Mér fannst það hringsnúast í mér eins og mitt eigið blóð"
"But I also had to leave Buddha and the great knowledge"
„En ég þurfti líka að yfirgefa Búdda og mikla þekkingu"
"I went and learned the art of love with Kamala"
„Ég fór og lærði listina að elska með Kamala"
"I learned trading and business with Kamaswami"
„Ég lærði viðskipti og viðskipti með Kamaswami"
"I piled up money, and wasted it again"
„Ég safnaði peningum og sóaði þeim aftur"
"I learned to love my stomach and please my senses"
„Ég lærði að elska magann minn og gleðja skilningarvitin"

"I had to spend many years losing my spirit"
„Ég þurfti að eyða mörgum árum í að missa andann"
"and I had to unlearn thinking again"
"og ég varð að læra að hugsa aftur"
"there I had forgotten the oneness"
"þarna hafði ég gleymt einingunni"
"Isn't it just as if I had turned slowly from a man into a child"?
„Er það ekki bara eins og ég hafi breyst hægt og rólega úr manni í barn"?
"from a thinker into a childlike person"
"frá hugsandi í barnslega manneskju"
"And yet, this path has been very good"
„Og samt hefur þessi leið verið mjög góð"
"and yet, the bird in my chest has not died"
"og samt hefur fuglinn í brjósti mér ekki dáið"
"what a path has this been!"
"hvaða leið hefur þetta verið!"
"I had to pass through so much stupidity"
„Ég þurfti að ganga í gegnum svo mikla heimsku"
"I had to pass through so much vice"
„Ég þurfti að fara í gegnum svo mikinn löst"
"I had to make so many errors"
„Ég þurfti að gera svo margar villur"
"I had to feel so much disgust and disappointment"
„Ég þurfti að finna fyrir svo miklum viðbjóði og vonbrigðum"
"I had to do all this to become a child again"
„Ég þurfti að gera þetta allt til að verða barn aftur"
"and then I could start over again"
"og þá gæti ég byrjað upp á nýtt"
"But it was the right way to do it"
„En það var rétta leiðin til að gera það"
"my heart says yes to it and my eyes smile to it"
„Hjarta mitt segir já við því og augun mín brosa við því"
"I've had to experience despair"
„Ég hef þurft að upplifa örvæntingu"

"I've had to sink down to the most foolish of all thoughts"
„Ég hef þurft að sökkva mér niður í heimskulegustu hugsanir"
"I've had to think to the thoughts of suicide"
„Ég hef þurft að hugsa um sjálfsvígshugsanir"
"only then would I be able to experience divine grace"
„aðeins þá myndi ég geta upplifað guðlega náð"
"only then could I hear Om again"
„aðeins þá gat ég heyrt Om aftur"
"only then would I be able to sleep properly and awake again"
„aðeins þá myndi ég geta sofið almennilega og vaknað aftur"
"I had to become a fool, to find Atman in me again"
„Ég varð að verða fífl, til að finna Atman í mér aftur"
"I had to sin, to be able to live again"
„Ég varð að syndga, til að geta lifað aftur"
"Where else might my path lead me to?"
"Hvert annars gæti leið mín leitt mig til?"
"It is foolish, this path, it moves in loops"
„Það er heimskulegt, þessi leið, hún hreyfist í lykkjum"
"perhaps it is going around in a circle"
„kannski fer þetta í hring"
"Let this path go where it likes"
„Láttu þessa leið fara þangað sem henni líkar"
"where ever this path goes, I want to follow it"
„Hvar sem þessi leið fer, vil ég fylgja henni"
he felt joy rolling like waves in his chest
hann fann gleðina rúlla eins og öldur í brjósti sér
he asked his heart, "from where did you get this happiness?"
spurði hann hjarta sitt, hvaðan hefur þú þessa hamingju?
"does it perhaps come from that long, good sleep?"
"kemur það kannski af þessum langa, góða svefni?"
"the sleep which has done me so much good"
"svefninn sem hefur gert mér svo gott"
"or does it come from the word Om, which I said?"
"eða kemur það frá orðinu Om, sem ég sagði?"
"Or does it come from the fact that I have escaped?"

"Eða kemur það af því að ég hef sloppið?"
"does this happiness come from standing like a child under the sky?"
"kemur þessi hamingja af því að standa eins og barn undir himninum?"
"Oh how good is it to have fled"
„Ó hvað það er gott að hafa flúið"
"it is great to have become free!"
"það er frábært að vera orðin frjáls!"
"How clean and beautiful the air here is"
„Hversu hreint og fallegt loftið hér er"
"the air is good to breath"
„loftið er gott að anda"
"where I ran away from everything smelled of ointments"
„þar sem ég hljóp í burtu frá öllu lyktaði af smyrslum"
"spices, wine, excess, sloth"
"krydd, vín, ofgnótt, leti"
"How I hated this world of the rich"
„Hvernig ég hataði þennan heim hinna ríku"
"I hated those who revel in fine food and the gamblers!"
"Ég hataði þá sem gleðjast yfir góðum mat og fjárhættuspilara!"
"I hated myself for staying in this terrible world for so long!
„Ég hataði sjálfan mig fyrir að vera svona lengi í þessum hræðilega heimi!
"I have deprived, poisoned, and tortured myself"
„Ég hef svipt, eitrað og pyntað sjálfan mig"
"I have made myself old and evil!"
"Ég hef gert mig gamlan og vondan!"
"No, I will never again do the things I liked doing so much"
„Nei, ég mun aldrei aftur gera það sem mér fannst svo gaman að gera"
"I won't delude myself into thinking that Siddhartha was wise!"
"Ég mun ekki blekkja sjálfan mig til að halda að Siddhartha hafi verið vitur!"

"But this one thing I have done well"
„En þetta eina hef ég gert vel"
"this I like, this I must praise"
"þetta líkar mér, þessu verð ég að hrósa"
"I like that there is now an end to that hatred against myself"
„Mér líst vel á að nú sé búið að hætta þessu hatri gegn sjálfum mér"
"there is an end to that foolish and dreary life!"
"það er endir á þessu heimskulega og ömurlega lífi!"
"I praise you, Siddhartha, after so many years of foolishness"
„Ég lofa þig, Siddhartha, eftir svo margra ára heimsku"
"you have once again had an idea"
"þú hefur enn einu sinni fengið hugmynd"
"you have heard the bird in your chest singing"
"þú hefur heyrt fuglinn í brjósti þínu syngja"
"and you followed the song of the bird!"
"og þú fylgdir söng fuglsins!"
with these thoughts he praised himself
með þessum hugsunum hrósaði hann sjálfum sér
he had found joy in himself again
hann hafði fundið gleðina í sjálfum sér aftur
he listened curiously to his stomach rumbling with hunger
hann hlustaði forvitinn á magann urra af hungri
he had tasted and spat out a piece of suffering and misery
hann hafði smakkað og spýtt út stykki af þjáningu og eymd
in these recent times and days, this is how he felt
á þessum síðustu tímum og dögum, svona leið honum
he had devoured it up to the point of desperation and death
hann hafði étið það allt að örvæntingu og dauða
how everything had happened was good
hvernig allt hafði gerst var gott
he could have stayed with Kamaswami for much longer
hann hefði getað verið með Kamaswami miklu lengur
he could have made more money, and then wasted it
hann hefði getað þénað meira fé og svo sóað því
he could have filled his stomach and let his soul die of thirst

hann hefði getað fyllt magann og látið sál sína deyja úr þorsta
he could have lived in this soft upholstered hell much longer
hann hefði getað búið í þessu mjúka bólstraða helvíti miklu lengur
if this had not happened, he would have continued this life
ef þetta hefði ekki gerst hefði hann haldið þessu lífi áfram
the moment of complete hopelessness and despair
augnablik algjörs vonleysis og örvæntingar
the most extreme moment when he hung over the rushing waters
öfgafullasta augnablikið þegar hann hékk yfir þjótandi vötnum
the moment he was ready to destroy himself
augnablikinu sem hann var tilbúinn að eyða sjálfum sér
the moment he had felt this despair and deep disgust
augnablikinu sem hann hafði fundið fyrir þessari örvæntingu og djúpa viðbjóði
he had not succumbed to it
hann hafði ekki látið undan því
the bird was still alive after all
fuglinn var enn á lífi eftir allt saman
this was why he felt joy and laughed
þess vegna fann hann fyrir gleði og hló
this was why his face was smiling brightly under his hair
þetta var ástæðan fyrir því að andlit hans brosti skært undir hárinu
his hair which had now turned gray
hárið hans sem var nú orðið grátt
"It is good," he thought, "to get a taste of everything for oneself"
„Það er gott," hugsaði hann, „að fá að smakka allt sjálfur"
"everything which one needs to know"
"allt sem maður þarf að vita"
"lust for the world and riches do not belong to the good things"

"þrá í heiminn og auður tilheyra ekki góðu hlutunum"
"I have already learned this as a child"
„Ég hef þegar lært þetta sem barn"
"I have known it for a long time"
„Ég hef vitað það lengi"
"but I hadn't experienced it until now"
„en ég hafði ekki upplifað það fyrr en núna"
"And now that I I've experienced it I know it"
„Og núna þegar ég hef upplifað það veit ég það"
"I don't just know it in my memory, but in my eyes, heart, and stomach"
„Ég veit það ekki bara í minni, heldur í augum, hjarta og maga"
"it is good for me to know this!"
"það er gott fyrir mig að vita þetta!"

For a long time, he pondered his transformation
Í langan tíma velti hann fyrir sér umbreytingu sinni
he listened to the bird, as it sang for joy
hann hlustaði á fuglinn, eins og hann söng af gleði
Had this bird not died in him?
Hefði þessi fugl ekki dáið í honum?
had he not felt this bird's death?
hafði hann ekki fundið fyrir dauða þessa fugls?
No, something else from within him had died
Nei, eitthvað annað innan frá honum hafði dáið
something which yearned to die had died
eitthvað sem þráði að deyja hafði dáið
Was it not this that he used to intend to kill?
Var það ekki þetta sem hann ætlaði að drepa?
Was it not his his small, frightened, and proud self that had died?
Var það ekki hans litla, hrædda og stolta sjálf sem hafði dáið?
he had wrestled with his self for so many years
hann hafði glímt við sjálfan sig í svo mörg ár
the self which had defeated him again and again
sjálfið sem hafði sigrað hann aftur og aftur

the self which was back again after every killing
sjálfið sem var aftur eftir hvert morð
the self which prohibited joy and felt fear?
sjálfið sem bannaði gleði og fann fyrir ótta?
Was it not this self which today had finally come to its death?
Var það ekki þetta sjálf sem í dag hafði loksins dáið?
here in the forest, by this lovely river
hér í skóginum, við þessa yndislegu á
Was it not due to this death, that he was now like a child?
Var það ekki vegna þessa dauða, að hann var nú eins og barn?
so full of trust and joy, without fear
svo full af trausti og gleði, án ótta
Now Siddhartha also got some idea of why he had fought this self in vain
Nú fékk Siddhartha líka hugmynd um hvers vegna hann hafði barist við þetta sjálf til einskis
he knew why he couldn't fight his self as a Brahman
hann vissi hvers vegna hann gat ekki barist við sjálfan sig sem Brahman
Too much knowledge had held him back
Of mikil þekking hafði haldið aftur af honum
too many holy verses, sacrificial rules, and self-castigation
of mikið af helgum vísum, fórnarreglum og sjálfsvörslu
all these things held him back
allir þessir hlutir héldu honum aftur
so much doing and striving for that goal!
svo mikið að gera og stefna að því markmiði!
he had been full of arrogance
hann hafði verið fullur af hroka
he was always the smartest
hann var alltaf snjallastur
he was always working the most
hann var alltaf að vinna mest
he had always been one step ahead of all others
hann hafði alltaf verið skrefi á undan öllum öðrum

he was always the knowing and spiritual one
hann var alltaf hinn vitandi og andlegi
he was always considered the priest or wise one
hann var alltaf talinn prestur eða vitur
his self had retreated into being a priest, arrogance, and spirituality
sjálf hans hafði hörfað í að vera prestur, hroki og andlegheit
there it sat firmly and grew all this time
þar sat það fast og óx allan þennan tíma
and he had thought he could kill it by fasting
og hann hafði haldið að hann gæti drepið það með því að fasta
Now he saw his life as it had become
Nú sá hann líf sitt eins og það var orðið
he saw that the secret voice had been right
sá hann að leyniröddin hafði verið rétt
no teacher would ever have been able to bring about his salvation
enginn kennari hefði nokkurn tíma getað komið hjálpræði sínu á
Therefore, he had to go out into the world
Þess vegna varð hann að fara út í heiminn
he had to lose himself to lust and power
hann varð að missa sig fyrir losta og krafti
he had to lose himself to women and money
hann varð að missa sig fyrir konum og fé
he had to become a merchant, a dice-gambler, a drinker
hann varð að verða kaupmaður, teningspilari, drykkjumaður
and he had to become a greedy person
og hann varð að verða gráðugur maður
he had to do this until the priest and Samana in him was dead
hann varð að gera þetta þar til presturinn og Samana í honum voru dáin
Therefore, he had to continue bearing these ugly years
Því varð hann að halda áfram að bera þessi ljótu ár
he had to bear the disgust and the teachings

hann varð að bera viðbjóðinn og kenningarnar
he had to bear the pointlessness of a dreary and wasted life
hann varð að sætta sig við tilgangsleysi dapurlegs og sóaðs lífs
he had to conclude it up to its bitter end
hann varð að ljúka því allt til endaloka
he had to do this until Siddhartha the lustful could also die
hann varð að gera þetta þar til Siddhartha hin lostafulli gæti líka dáið
He had died and a new Siddhartha had woken up from the sleep
Hann hafði dáið og nýr Siddhartha hafði vaknað af svefni
this new Siddhartha would also grow old
þessi nýja Siddhartha myndi líka eldast
he would also have to die eventually
hann þyrfti líka að deyja á endanum
Siddhartha was still mortal, as is every physical form
Siddhartha var enn dauðlegur, eins og öll líkamleg form
But today he was young and a child and full of joy
En í dag var hann ungur og barn og fullur af gleði
He thought these thoughts to himself
Hann hugsaði þessar hugsanir með sjálfum sér
he listened with a smile to his stomach
hann hlustaði með bros á maganum
he listened gratefully to a buzzing bee
hann hlustaði þakklátur á suðandi bí
Cheerfully, he looked into the rushing river
Glaðlyndur horfði hann inn í þjótandi ána
he had never before liked a water as much as this one
hann hafði aldrei áður haft eins gaman af vatni og þessu
he had never before perceived the voice so stronger
hann hafði aldrei áður skynjað röddina jafn sterkari
he had never understood the parable of the moving water so strongly
hann hafði aldrei skilið dæmisöguna um vatnið á hreyfingu svo vel

he had never before noticed how beautifully the river moved
hann hafði aldrei áður tekið eftir því hversu fallega áin hreyfðist
It seemed to him, as if the river had something special to tell him
Honum virtist eins og áin hefði eitthvað sérstakt að segja honum
something he did not know yet, which was still awaiting him
eitthvað sem hann vissi ekki enn, sem beið hans enn
In this river, Siddhartha had intended to drown himself
Í þessari á hafði Siddhartha ætlað að drekkja sér
in this river the old, tired, desperate Siddhartha had drowned today
í þessu ánni hafði gamla, þreyttu, örvæntingarfulli Siddhartha drukknað í dag
But the new Siddhartha felt a deep love for this rushing water
En hin nýja Siddhartha fann fyrir djúpri ást til þessa þjótandi vatns
and he decided for himself, not to leave it very soon
og hann ákvað sjálfur að yfirgefa það ekki mjög fljótt

The Ferryman
Ferjumaðurinn

"By this river I want to stay," thought Siddhartha
"Við þessa á vil ég vera," hugsaði Siddhartha
"it is the same river which I have crossed a long time ago"
"það er sama áin sem ég hef farið yfir fyrir löngu síðan"
"I was on my way to the childlike people"
„Ég var á leiðinni til barnslega fólksins"
"a friendly ferryman had guided me across the river"
„vingjarnlegur ferjumaður hafði leiðbeint mér yfir ána"
"he is the one I want to go to"
"hann er sá sem ég vil fara til"
"starting out from his hut, my path led me to a new life"
„Ég byrjaði frá kofanum sínum og leiddi mig til nýs lífs"
"a path which had grown old and is now dead"
"leið sem var orðin gömul og er nú dauð"
"my present path shall also take its start there!"
"Núverandi leið mín mun líka byrja þar!"
Tenderly, he looked into the rushing water
Hann horfði blíður út í þjótandi vatnið
he looked into the transparent green lines the water drew
hann horfði í gegnsæju grænu línurnar sem vatnið dró
the crystal lines of water were rich in secrets
kristallínur vatnsins voru ríkar af leyndarmálum
he saw bright pearls rising from the deep
hann sá bjartar perlur rísa upp úr djúpinu
quiet bubbles of air floating on the reflecting surface
rólegar loftbólur sem svífa á endurkastandi yfirborðinu
the blue of the sky depicted in the bubbles
blár himinsins sem sýndur er í loftbólunum
the river looked at him with a thousand eyes
áin horfði á hann þúsund augum
the river had green eyes and white eyes
áin hafði græn augu og hvít augu
the river had crystal eyes and sky-blue eyes
áin var með kristalsaugu og himinblá augu

he loved this water very much, it delighted him
honum þótti mjög vænt um þetta vatn, það gladdi hann
he was grateful to the water
hann var þakklátur vatninu
In his heart he heard the voice talking
Í hjarta sínu heyrði hann röddina tala
"Love this water! Stay near it!"
"Elska þetta vatn! Vertu nálægt því!"
"Learn from the water!" his voice commanded him
"Lærðu af vatninu!" rödd hans skipaði honum
Oh yes, he wanted to learn from it
Ó já, hann vildi læra af því
he wanted to listen to the water
hann vildi hlusta á vatnið
He who would understand this water's secrets
Sá sem myndi skilja leyndarmál þessa vatns
he would also understand many other things
hann mundi líka skilja margt annað
this is how it seemed to him
svona sýndist honum þetta
But out of all secrets of the river, today he only saw one
En af öllum leyndarmálum árinnar sá hann í dag aðeins einn
this secret touched his soul
þetta leyndarmál snerti sál hans
this water ran and ran, incessantly
þetta vatn rann og rann, án afláts
the water ran, but nevertheless it was always there
vatnið rann en engu að síður var það alltaf til staðar
the water always, at all times, was the same
vatnið var alltaf, á öllum tímum, það sama
and at the same time it was new in every moment
og á sama tíma var það nýtt á hverri stundu
he who could grasp this would be great
sá sem gæti skilið þetta væri frábær
but he didn't understand or grasp it
en hann skildi það ekki eða skildi það ekki

he only felt some idea of it stirring
hann fann bara einhverja hugmynd um að það hrærist
it was like a distant memory, a divine voices
það var eins og fjarlæg minning, guðdómlegar raddir

Siddhartha rose as the workings of hunger in his body became unbearable
Siddhartha reis upp þegar hungrið í líkama hans varð óbærilegt
In a daze he walked further away from the city
Dauðlaus gekk hann lengra frá borginni
he walked up the river along the path by the bank
hann gekk upp með ánni eftir stígnum við bakkann
he listened to the current of the water
hann hlustaði á vatnsstrauminn
he listened to the rumbling hunger in his body
hann hlustaði á grenjandi hungrið í líkamanum
When he reached the ferry, the boat was just arriving
Þegar hann kom að ferjunni var báturinn rétt að koma
the same ferryman who had once transported the young Samana across the river
sami ferjumaðurinn og hafði einu sinni flutt unga Samana yfir ána
he stood in the boat and Siddhartha recognised him
hann stóð í bátnum og Siddhartha þekkti hann
he had also aged very much
hann hafði líka elst mjög mikið
the ferryman was astonished to see such an elegant man walking on foot
ferjumaðurinn undraðist að sjá svona glæsilegan mann ganga gangandi
"Would you like to ferry me over?" he asked
"Viltu ferja mig yfir?" spurði hann
he took him into his boat and pushed it off the bank
hann tók hann upp í bátinn sinn og ýtti honum af bakkanum
"It's a beautiful life you have chosen for yourself" the passenger spoke

„Þetta er fallegt líf sem þú hefur valið þér," sagði farþeginn
"It must be beautiful to live by this water every day"
„Það hlýtur að vera fallegt að búa við þetta vatn á hverjum degi"
"and it must be beautiful to cruise on it on the river"
"og það hlýtur að vera fallegt að sigla um það á ánni"
With a smile, the man at the oar moved from side to side
Með bros á vör færðist maðurinn við róðurinn frá hlið til hliðar
"It is as beautiful as you say, sir"
„Það er eins fallegt og þú segir, herra"
"But isn't every life and all work beautiful?"
"En er ekki hvert líf og öll vinna falleg?"
"This may be true" replied Siddhartha
„Þetta getur verið satt," svaraði Siddhartha
"But I envy you for your life"
"En ég öfunda þig af lífi þínu"
"Ah, you would soon stop enjoying it"
"Ah, þú myndir bráðum hætta að njóta þess"
"This is no work for people wearing fine clothes"
„Þetta er engin vinna fyrir fólk í fínum fötum"
Siddhartha laughed at the observation
Siddhartha hló að athuguninni
"Once before, I have been looked upon today because of my clothes"
„Einu sinni áður hefur verið litið á mig í dag vegna fötanna"
"I have been looked upon with distrust"
„Það hefur verið litið á mig með vantrausti"
"they are a nuisance to me"
„þeir eru mér til óþæginda"
"Wouldn't you, ferryman, like to accept these clothes"
„Viltu ekki, ferjumaður, þiggja þessi föt"
"because you must know, I have no money to pay your fare"
"því þú hlýtur að vita, ég á enga peninga til að borga fargjaldið þitt"
"You're joking, sir," the ferryman laughed

„Þú ert að grínast, herra," hló ferjumaðurinn
"I'm not joking, friend"
„Ég er ekki að grínast, vinur"
"once before you have ferried me across this water in your boat"
"einu sinni áður hefurðu ferjað mig yfir þetta vatn í bátnum þínum"
"you did it for the immaterial reward of a good deed"
"þú gerðir það fyrir óefnislega laun góðverks"
"ferry me across the river and accept my clothes for it"
"ferja mig yfir ána og þigg fötin mín fyrir það"
"And do you, sir, intent to continue travelling without clothes?"
"Og ætlarðu, herra, að halda áfram að ferðast án klæða?"
"Ah, most of all I wouldn't want to continue travelling at all"
„Ah, mest af öllu myndi ég alls ekki vilja halda áfram að ferðast"
"I would rather you gave me an old loincloth"
„Ég vildi frekar að þú gæfir mér gamlan lendarklæði"
"I would like it if you kept me with you as your assistant"
„Mig þætti vænt um ef þú hefðir mig hjá þér sem aðstoðarmann þinn"
"or rather, I would like if you accepted me as your trainee"
"eða réttara sagt, ég myndi vilja ef þú samþykktir mig sem lærling þinn"
"because first I'll have to learn how to handle the boat"
„því fyrst ég þarf að læra hvernig á að höndla bátinn"
For a long time, the ferryman looked at the stranger
Lengi vel horfði ferjumaðurinn á ókunnuga manninn
he was searching in his memory for this strange man
hann leitaði í minningunni að þessum undarlega manni
"Now I recognise you," he finally said
„Nú þekki ég þig," sagði hann að lokum
"At one time, you've slept in my hut"
"Einu sinni hefurðu sofið í kofanum mínum"
"this was a long time ago, possibly more than twenty years"

„Þetta var fyrir löngu síðan, hugsanlega meira en tuttugu ár"
"and you've been ferried across the river by me"
"og þú hefur verið ferjaður yfir ána af mér"
"that day we parted like good friends"
„þann dag skildum við eins og góðir vinir"
"Haven't you been a Samana?"
"Hefurðu ekki verið Samana?"
"I can't think of your name anymore"
„Ég get ekki hugsað um nafnið þitt lengur"
"My name is Siddhartha, and I was a Samana"
"Ég heiti Siddhartha og ég var Samana"
"I had still been a Samana when you last saw me"
„Ég hafði samt verið Samana þegar þú sást mig síðast"
"So be welcome, Siddhartha. My name is Vasudeva"
"Svo vertu velkominn, Siddhartha. Ég heiti Vasudeva"
"You will, so I hope, be my guest today as well"
"Þú verður, svo ég vona, að vera gestur minn í dag líka"
"and you may sleep in my hut"
"og þú mátt sofa í kofanum mínum"
"and you may tell me, where you're coming from"
"og þú mátt segja mér hvaðan þú kemur"
"and you may tell me why these beautiful clothes are such a nuisance to you"
"og þú mátt segja mér hvers vegna þessi fallegu föt eru þér svona óþægileg"
They had reached the middle of the river
Þeir voru komnir að miðri ánni
Vasudeva pushed the oar with more strength
Vasudeva ýtti við áranum af meiri styrk
in order to overcome the current
til þess að sigrast á straumnum
He worked calmly, with brawny arms
Hann vann rólega, með þykka handleggi
his eyes were fixed in on the front of the boat
augu hans voru fest í framhlið bátsins
Siddhartha sat and watched him

Siddhartha sat og horfði á hann
he remembered his time as a Samana
hann minntist tíma sinnar sem Samana
he remembered how love for this man had stirred in his heart
hann mundi hvernig ást til þessa manns hafði hrærst í hjarta hans
Gratefully, he accepted Vasudeva's invitation
Þakklátur þáði hann boð Vasudeva
When they had reached the bank, he helped him to tie the boat to the stakes
Þegar þeir voru komnir að bakkanum hjálpaði hann honum að binda bátinn við stikurnar
after this, the ferryman asked him to enter the hut
eftir þetta bað ferjumaðurinn hann ganga inn í skálann
he offered him bread and water, and Siddhartha ate with eager pleasure
hann bauð honum brauð og vatn, og Siddhartha borðaði með ákafa ánægju
and he also ate with eager pleasure of the mango fruits Vasudeva offered him
og hann borðaði líka með ákafa ánægju af mangóávöxtunum sem Vasudeva bauð honum

Afterwards, it was almost the time of the sunset
Síðan var komið að sólsetrinu
they sat on a log by the bank
þeir sátu á bjálka við bakkann
Siddhartha told the ferryman about where he originally came from
Siddhartha sagði ferjumanninum frá því hvaðan hann kom upphaflega
he told him about his life as he had seen it today
hann sagði honum frá lífi sínu eins og hann hafði séð það í dag
the way he had seen it in that hour of despair
hvernig hann hafði séð það á þeirri stundu örvæntingar
the tale of his life lasted late into the night

ævisaga hans stóð langt fram á nótt
Vasudeva listened with great attention
Vasudeva hlustaði af mikilli athygli
Listening carefully, he let everything enter his mind
Hann hlustaði vandlega og lét allt ganga í huga sér
birthplace and childhood, all that learning
fæðingarstaður og bernska, allt það nám
all that searching, all joy, all distress
öll þessi leit, öll gleði, öll neyð
This was one of the greatest virtues of the ferryman
Þetta var ein mesta dyggð ferjumannsins
like only a few, he knew how to listen
eins og fáir kunni hann að hlusta
he did not have to speak a word
hann þurfti ekki að tala orð
but the speaker sensed how Vasudeva let his words enter his mind
en ræðumaðurinn skynjaði hvernig Vasudeva lét orð sín komast inn í huga hans
his mind was quiet, open, and waiting
Hugur hans var rólegur, opinn og beið
he did not lose a single word
hann tapaði ekki einu orði
he did not await a single word with impatience
hann beið ekki einu orði með óþolinmæði
he did not add his praise or rebuke
hann bætti ekki við lofi sínu eða ávítum
he was just listening, and nothing else
hann var bara að hlusta og ekkert annað
Siddhartha felt what a happy fortune it is to confess to such a listener
Siddhartha fann hvað það er mikil gæfa að játa fyrir slíkum hlustanda
he felt fortunate to bury in his heart his own life
hann fannst lánsamur að grafa í hjarta sínu eigið líf
he buried his own search and suffering

hann gróf sína eigin leit og þjáningu
he told the tale of Siddhartha's life
hann sagði söguna af lífi Siddhartha
when he spoke of the tree by the river
þegar hann talaði um tréð við ána
when he spoke of his deep fall
þegar hann talaði um djúpt fall sitt
when he spoke of the holy Om
er hann talaði um heilaga Om
when he spoke of how he had felt such a love for the river
þegar hann talaði um hvernig hann hefði fundið fyrir slíkri ást til ánna
the ferryman listened to these things with twice as much attention
ferjumaðurinn hlustaði á þessa hluti með tvöfalt meiri athygli
he was entirely and completely absorbed by it
hann var alveg og alveg niðursokkinn af því
he was listening with his eyes closed
hann hlustaði með lokuð augun
when Siddhartha fell silent a long silence occurred
þegar Siddhartha þagði varð löng þögn
then Vasudeva spoke "It is as I thought"
þá sagði Vasudeva "Það er eins og ég hélt"
"The river has spoken to you"
"Áin hefur talað við þig"
"the river is your friend as well"
"áin er vinur þinn líka"
"the river speaks to you as well"
"áin talar líka við þig"
"That is good, that is very good"
„Þetta er gott, það er mjög gott"
"Stay with me, Siddhartha, my friend"
"Vertu hjá mér, Siddhartha, vinur minn"
"I used to have a wife"
„Ég átti konu"
"her bed was next to mine"

"rúmið hennar var við hliðina á mínu"
"but she has died a long time ago"
"en hún er löngu dáin"
"for a long time, I have lived alone"
"I langan tíma hef ég búið einn"
"Now, you shall live with me"
"Nú skalt þú búa hjá mér"
"there is enough space and food for both of us"
"það er nóg pláss og matur fyrir okkur bæði"
"I thank you," said Siddhartha
"Ég þakka þér," sagði Siddhartha
"I thank you and accept"
"Ég þakka þér og samþykki"
"And I also thank you for this, Vasudeva"
"Og ég þakka þér líka fyrir þetta, Vasudeva"
"I thank you for listening to me so well"
„Ég þakka þér fyrir að hlusta svona vel á mig"
"people who know how to listen are rare"
„Fólk sem kann að hlusta er sjaldgæft"
"I have not met a single person who knew it as well as you do"
„Ég hef ekki hitt eina manneskju sem vissi það eins vel og þú"
"I will also learn in this respect from you"
„Ég mun líka læra í þessum efnum af þér"
"You will learn it," spoke Vasudeva
„Þú munt læra það," sagði Vasudeva
"but you will not learn it from me"
"en þú munt ekki læra það af mér"
"The river has taught me to listen"
„Áin hefur kennt mér að hlusta"
"you will learn to listen from the river as well"
"þú munt líka læra að hlusta af ánni"
"It knows everything, the river"
„Það veit allt, áin"
"everything can be learned from the river"
„allt má læra af ánni"

"See, you've already learned this from the water too"
"Sjáðu, þú hefur nú þegar lært þetta af vatninu líka"
"you have learned that it is good to strive downwards"
"þú hefur lært að það er gott að reyna niður á við"
"you have learned to sink and to seek depth"
"þú hefur lært að sökkva og leita dýptar"
"The rich and elegant Siddhartha is becoming an oarsman's servant"
„Hin ríka og glæsilega Siddhartha er að verða þjónn áramanna"
"the learned Brahman Siddhartha becomes a ferryman"
"Hinn lærði Brahman Siddhartha verður ferjumaður"
"this has also been told to you by the river"
"þetta hefur líka verið sagt þér við ána"
"You'll learn the other thing from it as well"
„Þú munt líka læra hitt af þessu"
Siddhartha spoke after a long pause
Siddhartha talaði eftir langa hlé
"What other things will I learn, Vasudeva?"
"Hvaða annað mun ég læra, Vasudeva?"
Vasudeva rose. "It is late," he said
Vasudeva reis. „Það er seint," sagði hann
and Vasudeva proposed going to sleep
og Vasudeva lagði til að fara að sofa
"I can't tell you that other thing, oh friend"
"Ég get ekki sagt þér það annað, ó vinur"
"You'll learn the other thing, or perhaps you know it already"
"Þú munt læra hitt, eða kannski veistu það nú þegar"
"See, I'm no learned man"
"Sjáðu, ég er enginn lærður maður"
"I have no special skill in speaking"
„Ég hef enga sérstaka hæfileika í að tala"
"I also have no special skill in thinking"
„Ég hef heldur enga sérstaka hæfileika í að hugsa"
"All I'm able to do is to listen and to be godly"

„Það eina sem ég get gert er að hlusta og vera guðrækinn"
"I have learned nothing else"
„Ég hef ekki lært annað"
"If I was able to say and teach it, I might be a wise man"
„Ef ég gæti sagt það og kennt það gæti ég verið vitur maður"
"but like this I am only a ferryman"
"en svona er ég bara ferjumaður"
"and it is my task to ferry people across the river"
„og það er mitt verkefni að ferja fólk yfir ána"
"I have transported many thousands of people"
„Ég hef flutt mörg þúsund manns"
"and to all of them, my river has been nothing but an obstacle"
"og þeim öllum hefur áin mín ekki verið annað en hindrun"
"it was something that got in the way of their travels"
„þetta var eitthvað sem kom í veg fyrir ferðalög þeirra"
"they travelled to seek money and business"
„þeir ferðuðust til að leita að peningum og viðskiptum"
"they travelled for weddings and pilgrimages"
„þeir fóru í brúðkaup og pílagrímsferðir"
"and the river was obstructing their path"
"og áin var að hindra leið þeirra"
"the ferryman's job was to get them quickly across that obstacle"
„starf ferjumannsins var að koma þeim hratt yfir þá hindrun"
"But for some among thousands, a few, the river has stopped being an obstacle"
„En fyrir suma af þúsundum, nokkrum, er áin hætt að vera hindrun"
"they have heard its voice and they have listened to it"
"þeir hafa heyrt rödd þess og þeir hafa hlustað á hana"
"and the river has become sacred to them"
"og áin er orðin heilög þeim"
"it become sacred to them as it has become sacred to me"
„það varð þeim heilagt eins og það er mér orðið heilagt"
"for now, let us rest, Siddhartha"

„í bili skulum við hvíla okkur, Siddhartha"

Siddhartha stayed with the ferryman and learned to operate the boat
Siddhartha var hjá ferjumanninum og lærði að stjórna bátnum
when there was nothing to do at the ferry, he worked with Vasudeva in the rice-field
þegar ekkert var að gera í ferjunni vann hann með Vasudeva í hrísgrjónaakrinum
he gathered wood and plucked the fruit off the banana-trees
hann safnaði viði og tíndi ávextina af bananatrjánum
He learned to build an oar and how to mend the boat
Hann lærði að smíða ára og laga bátinn
he learned how to weave baskets and repaid the hut
hann lærði að vefa körfur og endurgreiddi skálann
and he was joyful because of everything he learned
og hann var glaður vegna alls sem hann lærði
the days and months passed quickly
dagarnir og mánuðirnir liðu hratt
But more than Vasudeva could teach him, he was taught by the river
En meira en Vasudeva gat kennt honum var honum kennt við ána
Incessantly, he learned from the river
Óslitið lærði hann af ánni
Most of all, he learned to listen
Mest af öllu lærði hann að hlusta
he learned to pay close attention with a quiet heart
hann lærði að fylgjast vel með með rólegu hjarta
he learned to keep a waiting, open soul
hann lærði að halda biðandi, opinni sál
he learned to listen without passion
hann lærði að hlusta án ástríðu
he learned to listen without a wish
hann lærði að hlusta án óska
he learned to listen without judgement
hann lærði að hlusta án þess að dæma

he learned to listen without an opinion
hann lærði að hlusta án skoðunar

In a friendly manner, he lived side by side with Vasudeva
Á vinsamlegan hátt bjó hann hlið við hlið við Vasudeva
occasionally they exchanged some words
stundum skiptust þeir á nokkrum orðum
then, at length, they thought about the words
þá hugsuðu þeir lengi um orðin
Vasudeva was no friend of words
Vasudeva var enginn orðavinur
Siddhartha rarely succeeded in persuading him to speak
Siddhartha tókst sjaldan að fá hann til að tala
"did you too learn that secret from the river?"
"lærðir þú líka þetta leyndarmál af ánni?"
"the secret that there is no time?"
"leyndarmálið að það er enginn tími?"
Vasudeva's face was filled with a bright smile
Andlit Vasudeva var fyllt björtu brosi
"Yes, Siddhartha," he spoke
"Já, Siddhartha," sagði hann
"I learned that the river is everywhere at once"
„Ég lærði að áin er alls staðar í einu"
"it is at the source and at the mouth of the river"
„það er við upptök og við ármynni"
"it is at the waterfall and at the ferry"
"það er við fossinn og við ferjuna"
"it is at the rapids and in the sea"
"það er við flúðirnar og í sjónum"
"it is in the mountains and everywhere at once"
"það er á fjöllum og alls staðar í einu"
"and I learned that there is only the present time for the river"
"og ég lærði að það er aðeins nútíminn fyrir ána"
"it does not have the shadow of the past"
„það ber ekki skugga fortíðarinnar"
"and it does not have the shadow of the future"

"og það hefur ekki skugga framtíðarinnar"
"is this what you mean?" he asked
"er þetta það sem þú meinar?" spurði hann
"This is what I meant," said Siddhartha
„Þetta er það sem ég meinti," sagði Siddhartha
"And when I had learned it, I looked at my life"
„Og þegar ég hafði lært það, horfði ég á líf mitt"
"and my life was also a river"
"og líf mitt var líka fljót"
"the boy Siddhartha was only separated from the man Siddhartha by a shadow"
„Drengurinn Siddhartha var aðeins aðskilinn frá manninum Siddhartha með skugga"
"and a shadow separated the man Siddhartha from the old man Siddhartha"
"og skuggi skildi manninn Siddhartha frá gamla manninum Siddhartha"
"things are separated by a shadow, not by something real"
"hlutir eru aðskildir af skugga, ekki af einhverju raunverulegu"
"Also, Siddhartha's previous births were not in the past"
„Einnig voru fyrri fæðingar Siddhartha ekki í fortíðinni"
"and his death and his return to Brahma is not in the future"
"og dauði hans og endurkoma hans til Brahma er ekki í framtíðinni"
"nothing was, nothing will be, but everything is"
"ekkert var, ekkert verður, en allt er"
"everything has existence and is present"
"allt er til og er til staðar"
Siddhartha spoke with ecstasy
Siddhartha talaði af alsælu
this enlightenment had delighted him deeply
þessi uppljómun hafði glatt hann innilega
"was not all suffering time?"
"var ekki öll þjáningartíminn?"
"were not all forms of tormenting oneself a form of time?"

"Voru ekki allar tegundir af því að kvelja sjálfan sig tímaform?"
"was not everything hard and hostile because of time?"
"var ekki allt erfitt og fjandsamlegt vegna tímans?"
"is not everything evil overcome when one overcomes time?"
"er ekki allt illt sigrað þegar maður sigrar tímann?"
"as soon as time leaves the mind, does suffering leave too?"
"um leið og tíminn fer úr huganum, fer þjáningin líka?"
Siddhartha had spoken in ecstatic delight
Siddhartha hafði talað í himinlifandi ánægju
but Vasudeva smiled at him brightly and nodded in confirmation
en Vasudeva brosti til hans skært og kinkaði kolli til staðfestingar
silently he nodded and brushed his hand over Siddhartha's shoulder
hljóður kinkaði hann kolli og strauk hendinni yfir öxl Siddhartha
and then he turned back to his work
og svo sneri hann sér aftur að verkum sínum

And Siddhartha asked Vasudeva again another time
Og Siddhartha spurði Vasudeva aftur í annan tíma
the river had just increased its flow in the rainy season
áin var nýbúin að auka rennsli sitt á regntímanum
and it made a powerful noise
og það gaf frá sér kröftugan hljóð
"Isn't it so, oh friend, the river has many voices?"
"Er það ekki svo, ó vinur, áin hefur margar raddir?"
"Hasn't it the voice of a king and of a warrior?"
"Er það ekki rödd konungs og stríðsmanns?"
"Hasn't it the voice of of a bull and of a bird of the night?"
"Er það ekki rödd nauts og fugls næturinnar?"
"Hasn't it the voice of a woman giving birth and of a sighing man?"
"Er það ekki rödd fæðandi konu og andvarps manns?"
"and does it not also have a thousand other voices?"

"og hefur það ekki líka þúsund aðrar raddir?"
"it is as you say it is," Vasudeva nodded
"það er eins og þú segir að það sé," Vasudeva kinkaði kolli
"all voices of the creatures are in its voice"
„allar raddir skepnanna eru í rödd hennar"
"And do you know..." Siddhartha continued
"Og veistu..." hélt Siddhartha áfram
"what word does it speak when you succeed in hearing all of voices at once?"
"hvaða orð talar það þegar þér tekst að heyra allar raddirnar í einu?"
Happily, Vasudeva's face was smiling
Til allrar hamingju brosti andlit Vasudeva
he bent over to Siddhartha and spoke the holy Om into his ear
hann beygði sig að Siddhartha og talaði hið heilaga Om í eyrað á honum
And this had been the very thing which Siddhartha had also been hearing
Og þetta hafði verið einmitt það sem Siddhartha hafði líka verið að heyra

time after time, his smile became more similar to the ferryman's
hvað eftir annað varð bros hans líkara ferjumanninum
his smile became almost just as bright as the ferryman's
bros hans varð næstum jafn bjart og ferjumannsins
it was almost just as thoroughly glowing with bliss
það var næstum jafn rækilega glóandi af sælu
shining out of thousand small wrinkles
skín úr þúsund litlum hrukkum
just like the smile of a child
alveg eins og bros barns
just like the smile of an old man
alveg eins og bros gamals manns
Many travellers, seeing the two ferrymen, thought they were brothers

Margir ferðamenn, sem sáu ferjumennina tvo, héldu að þeir væru bræður
Often, they sat in the evening together by the bank
Oft sátu þau saman á kvöldin við bankann
they said nothing and both listened to the water
þeir sögðu ekkert og hlustuðu báðir á vatnið
the water, which was not water to them
vatnið, sem var þeim ekki vatn
it wasn't water, but the voice of life
það var ekki vatn, heldur rödd lífsins
the voice of what exists and what is eternally taking shape
rödd þess sem er til og þess sem er að mótast að eilífu
it happened from time to time that both thought of the same thing
það kom fyrir af og til að báðir hugsuðu um það sama
they thought of a conversation from the day before
þeim datt í hug samtal frá deginum áður
they thought of one of their travellers
þeir hugsuðu um einn ferðalanga sinna
they thought of death and their childhood
þeir hugsuðu um dauðann og æsku sína
they heard the river tell them the same thing
þeir heyrðu ána segja þeim það sama
both delighted about the same answer to the same question
báðir ánægðir með sama svarið við sömu spurningunni
There was something about the two ferrymen which was transmitted to others
Það var eitthvað við ferjumennina tvo sem smitaðist til annarra
it was something which many of the travellers felt
það var eitthvað sem margir ferðalangarnir fundu fyrir
travellers would occasionally look at the faces of the ferrymen
ferðamenn horfðu stundum á andlit ferjumanna
and then they told the story of their life
og svo sögðu þeir ævisögu sína

they confessed all sorts of evil things
þeir játuðu alls konar illsku
and they asked for comfort and advice
ok báðu þeir huggunar ok ráða
occasionally someone asked for permission to stay for a night
stundum bað einhver um leyfi til að gista eina nótt
they also wanted to listen to the river
þeir vildu líka hlusta á ána
It also happened that curious people came
Það kom líka fyrir að forvitnir komu
they had been told that there were two wise men
þeim hafði verið sagt, að það væru tveir vitringar
or they had been told there were two sorcerers
eða þeim hafði verið sagt að tveir galdramenn væru
The curious people asked many questions
Forvitnir spurðu margra spurninga
but they got no answers to their questions
en þeir fengu engin svör við spurningum sínum
they found neither sorcerers nor wise men
þeir fundu hvorki galdramenn né vitringa
they only found two friendly little old men, who seemed to be mute
þeir fundu aðeins tvo vingjarnlega, litla gamla menn, sem virtust vera mállausir
they seemed to have become a bit strange in the forest by themselves
þeir virtust vera orðnir dálítið skrítnir í skóginum út af fyrir sig
And the curious people laughed about what they had heard
Og forvitnir hlógu að því sem þeir höfðu heyrt
they said common people were foolishly spreading empty rumours
þeir sögðu almúga vera að dreifa tómum sögusögnum í heimsku

The years passed by, and nobody counted them

Árin liðu og enginn taldi þau
Then, at one time, monks came by on a pilgrimage
Þá komu munkar á sínum tíma í pílagrímsferð
they were followers of Gotama, the Buddha
þeir voru fylgjendur Gotama, Búdda
they asked to be ferried across the river
þeir báðu um að vera ferjaðir yfir ána
they told them they were in a hurry to get back to their wise teacher
þeir sögðu þeim að þeir væru að flýta sér að komast aftur til vitra kennara síns
news had spread the exalted one was deadly sick
fréttir höfðu borist sá upphafni var banvænn veikur
he would soon die his last human death
hann myndi bráðum deyja sinn síðasta mannsdauða
in order to become one with the salvation
til þess að verða eitt með hjálpræðinu
It was not long until a new flock of monks came
Ekki leið á löngu þar til nýr munkahópur kom
they were also on their pilgrimage
þeir voru líka í pílagrímsferð sinni
most of the travellers spoke of nothing other than Gotama
flestir ferðalangarnir töluðu ekki um annað en Gotama
his impending death was all they thought about
yfirvofandi dauða hans var það eina sem þeir hugsuðu um
if there had been war, just as many would travel
ef stríð hefði verið, myndu jafnmargir ferðast
just as many would come to the coronation of a king
eins og margir myndu koma að krýningu konungs
they gathered like ants in droves
þeir söfnuðust saman eins og maurar í hópi
they flocked, like being drawn onwards by a magic spell
þeir flykktust, eins og töfraþulir dregist áfram
they went to where the great Buddha was awaiting his death
þeir fóru þangað sem hinn mikli Búdda beið dauða síns
the perfected one of an era was to become one with the glory

hið fullkomna tímabil var að verða eitt með dýrðinni
Often, Siddhartha thought in those days of the dying wise man
Oft hugsaði Siddhartha á þessum dögum um hinn deyjandi vitringa
the great teacher whose voice had admonished nations
kennarinn mikli sem hafði áminnt þjóðir
the one who had awoken hundreds of thousands
sá sem hafði vakið hundruð þúsunda
a man whose voice he had also once heard
maður sem hann hafði líka einu sinni heyrt
a teacher whose holy face he had also once seen with respect
kennari sem hann hafði líka einu sinni séð með virðingu
Kindly, he thought of him
Vinsamlega hugsaði hann um hann
he saw his path to perfection before his eyes
hann sá leið sína til fullkomnunar fyrir augum sér
and he remembered with a smile those words he had said to him
og hann minntist með brosi þessara orða sem hann hafði sagt við hann
when he was a young man and spoke to the exalted one
þegar hann var ungur maður og talaði við hinn upphafna
They had been, so it seemed to him, proud and precious words
Þau höfðu verið, að því er honum sýndist, stolt og dýrmæt orð
with a smile, he remembered the the words
brosandi minntist hann orðanna
he knew that there was nothing standing between Gotama and him any more
hann vissi að ekkert stóð á milli Gotama og hans lengur
he had known this for a long time already
hann var búinn að vita þetta lengi
though he was still unable to accept his teachings
þó hann væri enn ófær um að samþykkja kenningar hans
there was no teaching a truly searching person

það var ekkert að kenna raunverulegri leitandi manneskju
someone who truly wanted to find, could accept
einhver sem virkilega vildi finna, gæti samþykkt
But he who had found the answer could approve of any teaching
En sá sem hafði fundið svarið gat samþykkt hvaða kennslu sem er
every path, every goal, they were all the same
hver leið, hvert markmið, þau voru öll eins
there was nothing standing between him and all the other thousands any more
það stóð ekkert á milli hans og allra hinna þúsundanna lengur
the thousands who lived in that what is eternal
þær þúsundir sem bjuggu í því sem er eilíft
the thousands who breathed what is divine
þúsundirnar sem önduðu að sér því sem guðdómlegt er

On one of these days, Kamala also went to him
Einn þessara daga fór Kamala líka til hans
she used to be the most beautiful of the courtesans
hún var áður fallegust af kurteisunum
A long time ago, she had retired from her previous life
Fyrir margt löngu hafði hún látið af fyrra lífi
she had given her garden to the monks of Gotama as a gift
hún hafði gefið munkunum í Gotama garðinn sinn að gjöf
she had taken her refuge in the teachings
hún hafði leitað skjóls í kenningunum
she was among the friends and benefactors of the pilgrims
hún var meðal vina og velunnara pílagrímanna
she was together with Siddhartha, the boy
hún var saman með Siddhartha, stráknum
Siddhartha the boy was her son
Siddhartha drengurinn var sonur hennar
she had gone on her way due to the news of the near death of Gotama
hún hafði farið leiðar sinnar vegna frétta um nær dauða Gotama

she was in simple clothes and on foot
hún var í einföldum fötum og gangandi
and she was With her little son
og hún var Með litla syni sínum
she was travelling by the river
hún var á ferð við ána
but the boy had soon grown tired
en drengurinn var brátt orðinn þreyttur
he desired to go back home
hann vildi fara heim aftur
he desired to rest and eat
hann vildi hvíla sig og borða
he became disobedient and started whining
hann varð óhlýðinn og fór að væla
Kamala often had to take a rest with him
Kamala þurfti oft að hvíla sig með honum
he was accustomed to getting what he wanted
hann var vanur að fá það sem hann vildi
she had to feed him and comfort him
hún varð að fæða hann og hugga hann
she had to scold him for his behaviour
hún varð að skamma hann fyrir framkomu hans
He did not comprehend why he had to go on this exhausting pilgrimage
Hann skildi ekki hvers vegna hann þurfti að fara í þessa þreytandi pílagrímsferð
he did not know why he had to go to an unknown place
hann vissi ekki hvers vegna hann þurfti að fara á ókunnan stað
he did know why he had to see a holy dying stranger
hann vissi hvers vegna hann þurfti að sjá heilagan deyjandi útlending
"So what if he died?" he complained
"Svo hvað ef hann dó?" kvartaði hann
why should this concern him?
af hverju ætti þetta að hafa áhyggjur af honum?

The pilgrims were getting close to Vasudeva's ferry
Pílagrímarnir voru að nálgast ferju Vasudeva
little Siddhartha once again forced his mother to rest
Siddhartha litla neyddi móður sína enn og aftur til að hvíla sig
Kamala had also become tired
Kamala var líka orðin þreytt
while the boy was chewing a banana, she crouched down on the ground
á meðan drengurinn var að tyggja banana, kraup hún niður á jörðina
she closed her eyes a bit and rested
hún lokaði augunum aðeins og hvíldi sig
But suddenly, she uttered a wailing scream
En allt í einu sagði hún upp grátandi öskur
the boy looked at her in fear
drengurinn horfði óttasleginn á hana
he saw her face had grown pale from horror
hann sá að andlit hennar var orðið fölt af skelfingu
and from under her dress, a small, black snake fled
og undan kjólnum hennar flýði lítill, svartur snákur
a snake by which Kamala had been bitten
snákur sem Kamala hafði verið bitinn af
Hurriedly, they both ran along the path, to reach people
Í flýti hlupu þeir báðir eftir stígnum til að ná til fólks
they got near to the ferry and Kamala collapsed
þeir komust nálægt ferjunni og Kamala hrundi
she was not able to go any further
hún gat ekki farið lengra
the boy started crying miserably
drengurinn fór að gráta ömurlega
his cries were only interrupted when he kissed his mother
Grátur hans voru aðeins truflaðar þegar hann kyssti móður sína
she also joined his loud screams for help
hún tók líka þátt í háværum öskrum hans um hjálp
she screamed until the sound reached Vasudeva's ears

hún öskraði þar til hljóðið barst til eyrna Vasudeva
Vasudeva quickly came and took the woman on his arms
Vasudeva kom fljótt og tók konuna í fangið
he carried her into the boat and the boy ran along
hann bar hana inn í bátinn og drengurinn hljóp með
soon they reached the hut, where Siddhartha stood by the stove
brátt komu þeir að kofanum, þar sem Siddhartha stóð við eldavélina
he was just lighting the fire
hann var bara að kveikja eldinn
He looked up and first saw the boy's face
Hann leit upp og sá fyrst andlit drengsins
it wondrously reminded him of something
það minnti hann undursamlega á eitthvað
like a warning to remember something he had forgotten
eins og viðvörun um að muna eitthvað sem hann hafði gleymt
Then he saw Kamala, whom he instantly recognised
Svo sá hann Kamala, sem hann þekkti samstundis
she lay unconscious in the ferryman's arms
hún lá meðvitundarlaus í fanginu á ferjumanninum
now he knew that it was his own son
nú vissi hann að það var hans eigin sonur
his son whose face had been such a warning reminder to him
sonur hans sem hafði verið honum svo viðvörunaráminning
and the heart stirred in his chest
og hjartað hrærðist í brjósti hans
Kamala's wound was washed, but had already turned black
Sár Kamala var þvegið, en var þegar orðið svart
and her body was swollen
og líkami hennar var bólginn
she was made to drink a healing potion
hún var látin drekka lækningadrykk
Her consciousness returned and she lay on Siddhartha's bed
Meðvitund hennar kom aftur og hún lá á rúmi Siddhartha

Siddhartha stood over Kamala, who he used to love so much
Siddhartha stóð yfir Kamala, sem hann elskaði svo mikið
It seemed like a dream to her
Það virtist henni vera draumur
with a smile, she looked at her friend's face
brosandi horfði hún á andlit vinar síns
slowly she realized her situation
hægt og rólega áttaði hún sig á aðstæðum sínum
she remembered she had been bitten
hún mundi að hún hafði verið bitin
and she timidly called for her son
og hún kallaði feimnislega á son sinn
"He's with you, don't worry," said Siddhartha
„Hann er með þér, ekki hafa áhyggjur," sagði Siddhartha
Kamala looked into his eyes
Kamala horfði í augu hans
She spoke with a heavy tongue, paralysed by the poison
Hún talaði þungri tungu, lömuð af eitrinu
"You've become old, my dear," she said
„Þú ert orðin gömul, elskan mín," sagði hún
"you've become gray," she added
„Þú ert orðinn grár," bætti hún við
"But you are like the young Samana, who came without clothes"
"En þú ert eins og hin unga Samana, sem kom klæðalaus"
"you're like the Samana who came into my garden with dusty feet"
"þú ert eins og Samana sem kom inn í garðinn minn með rykuga fætur"
"You are much more like him than you were when you left me"
"Þú ert miklu líkari honum en þú varst þegar þú fórst frá mér"
"In the eyes, you're like him, Siddhartha"
"Í augum ertu eins og hann, Siddhartha"
"Alas, I have also grown old"
„Æ, ég er líka orðinn gamall"

"could you still recognise me?"
"gætirðu samt þekkt mig?"
Siddhartha smiled, "Instantly, I recognised you, Kamala, my dear"
Siddhartha brosti, "Samstundis þekkti ég þig, Kamala, elskan mín"
Kamala pointed to her boy
Kamala benti á drenginn sinn
"Did you recognise him as well?"
— Þekkirðu hann líka?
"He is your son," she confirmed
„Hann er sonur þinn," staðfesti hún
Her eyes became confused and fell shut
Augu hennar urðu ringluð og lokuðust
The boy wept and Siddhartha took him on his knees
Drengurinn grét og Siddhartha tók hann á kné
he let him weep and petted his hair
hann lét hann gráta og klappaði hárinu
at the sight of the child's face, a Brahman prayer came to his mind
þegar hann sá andlit barnsins kom Brahman bæn upp í huga hans
a prayer which he had learned a long time ago
bæn sem hann hafði lært fyrir löngu
a time when he had been a little boy himself
tíma þegar hann hafði sjálfur verið lítill drengur
Slowly, with a singing voice, he started to speak
Hægt og rólega, með söngrödd, byrjaði hann að tala
from his past and childhood, the words came flowing to him
frá fortíð hans og bernsku komu orðin streymandi til hans
And with that song, the boy became calm
Og við það lag varð drengurinn rólegur
he was only now and then uttering a sob
hann var bara af og til að grenja
and finally he fell asleep
og loks sofnaði hann

Siddhartha placed him on Vasudeva's bed
Siddhartha setti hann á rúm Vasudeva
Vasudeva stood by the stove and cooked rice
Vasudeva stóð við eldavélina og eldaði hrísgrjón
Siddhartha gave him a look, which he returned with a smile
Siddhartha leit á hann, sem hann svaraði brosandi
"She'll die," Siddhartha said quietly
„Hún mun deyja," sagði Siddhartha hljóðlega
Vasudeva knew it was true, and nodded
Vasudeva vissi að þetta var satt og kinkaði kolli
over his friendly face ran the light of the stove's fire
yfir vingjarnlegt andlit hans rann ljós eldavélarinnar
once again, Kamala returned to consciousness
enn og aftur kom Kamala aftur til meðvitundar
the pain of the poison distorted her face
sársaukinn af eitrinu brenglaði andlit hennar
Siddhartha's eyes read the suffering on her mouth
Augu Siddhartha lesa þjáninguna á munni hennar
from her pale cheeks he could see that she was suffering
af fölum kinnum hennar sá hann að hún þjáðist
Quietly, he read the pain in her eyes
Hljóðlega las hann sársaukann í augum hennar
attentively, waiting, his mind become one with her suffering
gaumgæfilega bíður hugur hans einn með þjáningum hennar
Kamala felt it and her gaze sought his eyes
Kamala fann fyrir því og augnaráð hennar leitaði til hans
Looking at him, she spoke
Þegar hún horfði á hann talaði hún
"Now I see that your eyes have changed as well"
"Nú sé ég að augu þín hafa líka breyst"
"They've become completely different"
„Þeir eru orðnir allt öðruvísi"
"what do I still recognise in you that is Siddhartha?
„Hvað þekki ég enn í þér sem er Siddhartha?
"It's you, and it's not you"
"Þetta ert þú og það ert ekki þú"

Siddhartha said nothing, quietly his eyes looked at hers
Siddhartha sagði ekkert, augu hans horfðu hljóðlega á hana
"You have achieved it?" she asked
"Þú hefur náð því?" spurði hún
"You have found peace?"
— Hefurðu fundið frið?
He smiled and placed his hand on hers
Hann brosti og lagði hönd sína á hana
"I'm seeing it" she said
„Ég sé það," sagði hún
"I too will find peace"
„Ég mun líka finna frið"
"You have found it," Siddhartha spoke in a whisper
"Þú hefur fundið það," sagði Siddhartha hvíslaði
Kamala never stopped looking into his eyes
Kamala hætti aldrei að horfa í augu hans
She thought about her pilgrimage to Gotama
Hún hugsaði um pílagrímsferð sína til Gotama
the pilgrimage which she wanted to take
pílagrímsferðina sem hún vildi fara
in order to see the face of the perfected one
til þess að sjá andlit hins fullkomna
in order to breathe his peace
til að anda ró hans
but she had now found it in another place
en hún hafði nú fundið það á öðrum stað
and this she thought that was good too
og þetta fannst henni þetta líka gott
it was just as good as if she had seen the other one
það var alveg eins gott og hún hefði séð hina
She wanted to tell this to him
Hún vildi segja honum þetta
but her tongue no longer obeyed her will
en tunga hennar hlýddi ekki lengur vilja hennar
Without speaking, she looked at him
Án þess að tala horfði hún á hann

he saw the life fading from her eyes
hann sá lífið hverfa úr augum hennar
the final pain filled her eyes and made them grow dim
síðasta sársauki fyllti augu hennar og gerði þau dauf
the final shiver ran through her limbs
endanlegur hrollur fór um útlimi hennar
his finger closed her eyelids
fingur hans lokaði augnlokum hennar

For a long time, he sat and looked at her peacefully dead face
Í langan tíma sat hann og horfði á friðsælt andlit hennar
For a long time, he observed her mouth
Í langan tíma fylgdist hann með munni hennar
her old, tired mouth, with those lips, which had become thin
gamli, þreytulegur munnurinn hennar, með þessar varir, sem voru orðnar þunnar
he remembered he used to compare this mouth with a freshly cracked fig
hann mundi að hann var vanur að bera þennan munn saman við nýsprungna fíkju
this was in the spring of his years
þetta var á vordögum hans
For a long time, he sat and read the pale face
Hann sat lengi og las föla andlitið
he read the tired wrinkles
hann las þreytu hrukkurnar
he filled himself with this sight
hann fylltist af þessari sýn
he saw his own face in the same manner
hann sá sitt eigið andlit á sama hátt
he saw his face was just as white
hann sá að andlit hans var jafnhvítt
he saw his face was just as quenched out
hann sá að andlit hans var jafn slokknað
at the same time he saw his face and hers being young
á sama tíma sá hann andlit sitt og hennar vera ungt

their faces with red lips and fiery eyes
andlit þeirra með rauðar varir og brennandi augu
the feeling of both being real at the same time
tilfinningin um að báðir séu raunverulegir á sama tíma
the feeling of eternity completely filled every aspect of his being
tilfinningin um eilífð fyllti algjörlega alla þætti veru hans
in this hour he felt more deeply than than he had ever felt before
á þessari stundu fann hann dýpra en hann hafði nokkru sinni áður fundið
he felt the indestructibility of every life
hann fann fyrir óslítandi hvers lífs
he felt the eternity of every moment
hann fann eilífð hverrar stundar
When he rose, Vasudeva had prepared rice for him
Þegar hann reis upp hafði Vasudeva útbúið hrísgrjón handa honum
But Siddhartha did not eat that night
En Siddhartha borðaði ekki þessa nótt
In the stable their goat stood
Í hesthúsinu stóð geit þeirra
the two old men prepared beds of straw for themselves
gömlu mennirnir tveir útbjuggu sér strábeð
Vasudeva laid himself down to sleep
Vasudeva lagðist til svefns
But Siddhartha went outside and sat before the hut
En Siddhartha fór út og settist fyrir skálann
he listened to the river, surrounded by the past
hann hlustaði á ána, umvafinn fortíðinni
he was touched and encircled by all times of his life at the same time
hann var snortinn og umkringdur öllum tímum lífs síns á sama tíma
occasionally he rose and he stepped to the door of the hut
Stundum stóð hann upp og gekk að skálahurðinni

he listened whether the boy was sleeping
hann hlustaði á hvort drengurinn væri sofandi

before the sun could be seen, Vasudeva came out of the stable
Áður en sólin sást kom Vasudeva út úr hesthúsinu
he walked over to his friend
hann gekk til vinar síns
"You haven't slept," he said
„Þú hefur ekki sofið," sagði hann
"No, Vasudeva. I sat here"
"Nei, Vasudeva. Ég sat hér."
"I was listening to the river"
„Ég var að hlusta á ána"
"the river has told me a lot"
"áin hefur sagt mér margt"
"it has deeply filled me with the healing thought of oneness"
„það hefur fyllt mig djúpt af græðandi hugsun um einingu"
"You've experienced suffering, Siddhartha"
"Þú hefur upplifað þjáningu, Siddhartha"
"but I see no sadness has entered your heart"
"en ég sé að engin sorg hefur borist inn í hjarta þitt"
"No, my dear, how should I be sad?"
"Nei, elskan mín, hvernig ætti ég að vera leiður?"
"I, who have been rich and happy"
"Ég, sem hef verið ríkur og hamingjusamur"
"I have become even richer and happier now"
„Ég er orðinn enn ríkari og hamingjusamari núna"
"My son has been given to me"
„Sonur minn hefur verið gefinn mér"
"Your son shall be welcome to me as well"
„Sonur þinn skal líka vera velkominn til mín"
"But now, Siddhartha, let's get to work"
„En nú, Siddhartha, við skulum fara að vinna"
"there is much to be done"
„Það er mikið að gera"

"Kamala has died on the same bed on which my wife had died"
„Kamala hefur dáið á sama rúmi og konan mín dó á"
"Let us build Kamala's funeral pile on the hill"
„Við skulum byggja jarðarfararhaug Kamala á hæðinni"
"the hill on which I my wife's funeral pile is"
"hæðin sem jarðarför konunnar minnar er á"
While the boy was still asleep, they built the funeral pile
Meðan drengurinn var enn sofandi byggðu þeir útfararbunkann

The Son
Sonurinn

Timid and weeping, the boy had attended his mother's funeral
Hræddur og grátandi hafði drengurinn verið viðstaddur jarðarför móður sinnar
gloomy and shy, he had listened to Siddhartha
myrkur og feiminn hafði hann hlustað á Siddhartha
Siddhartha greeted him as his son
Siddhartha heilsaði honum sem syni sínum
he welcomed him at his place in Vasudeva's hut
hann tók á móti honum á sínum stað í kofa Vasudeva
Pale, he sat for many days by the hill of the dead
Föl sat hann marga daga við hæð hinna dauðu
he did not want to eat
hann vildi ekki borða
he did not look at anyone
hann leit ekki á neinn
he did not open his heart
hann opnaði ekki hjartað
he met his fate with resistance and denial
hann mætti örlögum sínum með mótspyrnu og afneitun
Siddhartha spared giving him lessons
Siddhartha hlífði sér við að gefa honum kennslu
and he let him do as he pleased
og lét hann gjöra sem hann vildi
Siddhartha honoured his son's mourning
Siddhartha heiðraði sorg sonar síns
he understood that his son did not know him
hann skildi að sonur hans þekkti hann ekki
he understood that he could not love him like a father
hann skildi að hann gæti ekki elskað hann eins og föður
Slowly, he also understood that the eleven-year-old was a pampered boy
Hægt og rólega skildi hann líka að þessi ellefu ára gamli var dekurdrengur

he saw that he was a mother's boy
sá hann að hann var móðursveinn
he saw that he had grown up in the habits of rich people
sá hann, að hann hafði alist upp við vana ríkra manna
he was accustomed to finer food and a soft bed
hann var vanur fínni mat og mjúku rúmi
he was accustomed to giving orders to servants
hann var vanur að gefa þjónum skipanir
the mourning child could not suddenly be content with a life among strangers
syrgjandi barnið gat ekki allt í einu sætt sig við líf meðal ókunnugra
Siddhartha understood the pampered child would not willingly be in poverty
Siddhartha skildi að ofdekra barnið myndi ekki fúslega vera í fátækt
He did not force him to do these these things
Hann neyddi hann ekki til að gera þessa hluti
Siddhartha did many chores for the boy
Siddhartha vann mörg störf fyrir drenginn
he always saved the best piece of the meal for him
hann geymdi alltaf besta bita máltíðarinnar fyrir hann
Slowly, he hoped to win him over, by friendly patience
Hægt og rólega vonaðist hann til að vinna hann með vinsamlegri þolinmæði
Rich and happy, he had called himself, when the boy had come to him
Ríkur og glaður, hafði hann kallað sig, þegar drengurinn var kominn til hans
Since then some time had passed
Síðan var nokkur tími liðinn
but the boy remained a stranger and in a gloomy disposition
en drengurinn var áfram ókunnugur og í dapurlegu skapi
he displayed a proud and stubbornly disobedient heart
hann sýndi stolt og þrjósklega óhlýðið hjarta
he did not want to do any work

hann vildi ekkert vinna
he did not pay his respect to the old men
hann bar ekki virðingu sína fyrir gömlum mönnum
he stole from Vasudeva's fruit-trees
hann stal af ávaxtatrjám Vasudeva
his son had not brought him happiness and peace
sonur hans hafði ekki fært honum hamingju og frið
the boy had brought him suffering and worry
drengurinn hafði fært honum þjáningar og áhyggjur
slowly Siddhartha began to understand this
hægt og rólega fór Siddhartha að skilja þetta
But he loved him regardless of the suffering he brought him
En hann elskaði hann burtséð frá þjáningunum sem hann færði honum
he preferred the suffering and worries of love over happiness and joy without the boy
hann kaus þjáningu og áhyggjur kærleikans fram yfir hamingju og gleði án drengsins
from when young Siddhartha was in the hut the old men had split the work
Frá því að Siddhartha ungur var í kofanum höfðu gömlu mennirnir skipt verkinu
Vasudeva had again taken on the job of the ferryman
Vasudeva hafði aftur tekið við starfi ferjumannsins
and Siddhartha, in order to be with his son, did the work in the hut and the field
og Siddhartha, til þess að vera með syni sínum, vann verkið í skálanum og á akrinum

for long months Siddhartha waited for his son to understand him
Í langa mánuði beið Siddhartha eftir að sonur hans skildi hann
he waited for him to accept his love
hann beið eftir því að hann tæki við ást sinni
and he waited for his son to perhaps reciprocate his love
og hann beið þess að sonur hans myndi ef til vill endurgjalda ást sína

For long months Vasudeva waited, watching
Í langa mánuði beið Vasudeva og fylgdist með
he waited and said nothing
hann beið og sagði ekkert
One day, young Siddhartha tormented his father very much
Einn daginn píndi ungur Siddhartha föður sinn mjög mikið
he had broken both of his rice-bowls
hann hafði brotið báðar hrísgrjónaskálarnar
Vasudeva took his friend aside and talked to him
Vasudeva tók vin sinn til hliðar og talaði við hann
"Pardon me," he said to Siddhartha
"Fyrirgefðu," sagði hann við Siddhartha
"from a friendly heart, I'm talking to you"
„af vinalegu hjarta, ég er að tala við þig"
"I'm seeing that you are tormenting yourself"
"Ég sé að þú ert að kvelja sjálfan þig"
"I'm seeing that you're in grief"
"Ég sé að þú ert í sorg"
"Your son, my dear, is worrying you"
„Sonur þinn, elskan mín, veldur þér áhyggjum"
"and he is also worrying me"
"og hann er líka að hafa áhyggjur af mér"
"That young bird is accustomed to a different life"
„Þessi ungi fugl er vanur öðru lífi"
"he is used to living in a different nest"
„hann er vanur að búa í öðru hreiðri"
"he has not, like you, run away from riches and the city"
„hann hefur ekki, eins og þú, flúið auðæfi og borg"
"he was not disgusted and fed up with the life in Sansara"
„hann var ekki viðbjóðslegur og leiður á lífinu í Sansara"
"he had to do all these things against his will"
„hann varð að gera allt þetta gegn vilja sínum"
"he had to leave all this behind"
„hann varð að skilja þetta allt eftir"
"I asked the river, oh friend"
"Ég spurði ána, ó vinur"

"many times I have asked the river"
"mörgum sinnum hef ég spurt ána"
"But the river laughs at all of this"
„En áin hlær að þessu öllu"
"it laughs at me and it laughs at you"
"það hlær að mér og það hlær að þér"
"the river is shaking with laughter at our foolishness"
"áin titrar af hlátri yfir heimsku okkar"
"Water wants to join water as youth wants to join youth"
„Vatn vill ganga til liðs við vatn eins og ungt fólk vill ganga til liðs við æskuna"
"your son is not in the place where he can prosper"
"Sonur þinn er ekki á þeim stað þar sem hann getur dafnað"
"you too should ask the river"
"Þú ættir líka að spyrja ána"
"you too should listen to it!"
"Þú ættir líka að hlusta á það!"
Troubled, Siddhartha looked into his friendly face
Áhyggjufull horfði Siddhartha í vingjarnlegt andlit hans
he looked at the many wrinkles in which there was incessant cheerfulness
hann horfði á margar hrukkurnar sem óstöðvandi glaðværð var í
"How could I part with him?" he said quietly, ashamed
"Hvernig gat ég skilið við hann?" sagði hann lágt og skammaðist sín
"Give me some more time, my dear"
„Gefðu mér meiri tíma, elskan mín"
"See, I'm fighting for him"
"Sjáðu, ég er að berjast fyrir hann"
"I'm seeking to win his heart"
„Ég er að leitast við að vinna hjarta hans"
"with love and with friendly patience I intend to capture it"
„með ást og vinsamlegri þolinmæði ætla ég að fanga það"
"One day, the river shall also talk to him"
„Einn daginn mun áin líka tala við hann"

"he also is called upon"
„hann er líka kallaður"
Vasudeva's smile flourished more warmly
Bros Vasudeva blómstraði hlýrri
"Oh yes, he too is called upon"
"Ó já, hann er líka kallaður til"
"he too is of the eternal life"
„hann er líka af eilífu lífi"
"But do we, you and me, know what he is called upon to do?"
"En vitum við, þú og ég, hvað hann er kallaður til að gera?"
"we know what path to take and what actions to perform"
„við vitum hvaða leið á að fara og hvaða aðgerðir á að framkvæma"
"we know what pain we have to endure"
„við vitum hvaða sársauka við þurfum að þola"
"but does he know these things?"
"en veit hann þetta?"
"Not a small one, his pain will be"
„Ekki lítill, sársauki hans verður"
"after all, his heart is proud and hard"
„Enda er hjarta hans stolt og hart"
"people like this have to suffer and err a lot"
„svona fólk þarf að þjást og skjátlast mikið"
"they have to do much injustice"
„þeir verða að gera mikið óréttlæti"
"and they have burden themselves with much sin"
„Og þeir hafa íþyngt sjálfum sér með mikilli synd"
"Tell me, my dear," he asked of Siddhartha
„Segðu mér, elskan mín," spurði hann um Siddhartha
"you're not taking control of your son's upbringing?"
"ertu ekki að taka stjórn á uppeldi sonar þíns?"
"You don't force him, beat him, or punish him?"
"Þú neyðir hann ekki, berðir hann eða refsar honum?"
"No, Vasudeva, I don't do any of these things"
„Nei, Vasudeva, ég geri ekki neitt af þessu"

"I knew it. You don't force him"
"Ég vissi það. Þú neyðir hann ekki"
"you don't beat him and you don't give him orders"
"þú slær hann ekki og þú gefur honum ekki skipanir"
"because you know softness is stronger than hard"
"vegna þess að þú veist að mýkt er sterkari en hörð"
"you know water is stronger than rocks"
"þú veist að vatn er sterkara en steinar"
"and you know love is stronger than force"
"og þú veist að ást er sterkari en kraftur"
"Very good, I praise you for this"
"Mjög gott, ég hrósa þér fyrir þetta"
"But aren't you mistaken in some way?"
"En ertu ekki að misskilja á einhvern hátt?"
"don't you think that you are forcing him?"
"Heldurðu ekki að þú sért að þvinga hann?"
"don't you perhaps punish him a different way?"
"refsarðu honum kannski ekki öðruvísi?"
"Don't you shackle him with your love?"
"Fjötrarðu hann ekki með ástinni þinni?"
"Don't you make him feel inferior every day?"
"Látirðu hann ekki líða minnimáttarkennd á hverjum degi?"
"doesn't your kindness and patience make it even harder for him?"
"gerir góðvild þín og þolinmæði honum ekki enn erfiðara?"
"aren't you forcing him to live in a hut with two old banana-eaters?"
"ertu ekki að neyða hann til að búa í kofa með tveimur gömlum bananaætum?"
"old men to whom even rice is a delicacy"
„gamlir menn sem jafnvel hrísgrjón eru góðgæti"
"old men whose thoughts can't be his"
"gamlir menn sem hugsa ekki geta verið hans"
"old men whose hearts are old and quiet"
"gamlir menn sem hafa hjörtu gömul og róleg"
"old men whose hearts beat in a different pace than his"

"gamlir menn sem slógu hjörtu á öðrum hraða en hans"
"Isn't he forced and punished by all this?""
"Er hann ekki þvingaður og refsað með þessu öllu?"
Troubled, Siddhartha looked to the ground
Áhyggjufull leit Siddhartha til jarðar
Quietly, he asked, "What do you think should I do?"
Hann spurði rólega: "Hvað finnst þér að ég ætti að gera?"
Vasudeva spoke, "Bring him into the city"
Vasudeva talaði: "Komdu með hann inn í borgina"
"bring him into his mother's house"
"komdu með hann inn í hús móður sinnar"
"there'll still be servants around, give him to them"
„það verða enn þjónar í kring, gefðu þeim hann"
"And if there aren't any servants, bring him to a teacher"
"Og ef það eru engir þjónar, þá færðu hann til kennara"
"but don't bring him to a teacher for teachings' sake"
"en farðu ekki með hann til kennara vegna kennslu"
"bring him to a teacher so that he is among other children"
„komdu með hann til kennara svo hann sé meðal annarra barna"
"and bring him to the world which is his own"
"og færa hann til heimsins sem er hans eigin"
"have you never thought of this?"
"hefurðu aldrei hugsað út í þetta?"
"you're seeing into my heart," Siddhartha spoke sadly
„Þú sérð inn í hjarta mitt," sagði Siddhartha dapurlega
"Often, I have thought of this"
„Ég hef oft hugsað um þetta"
"but how can I put him into this world?"
"en hvernig get ég sett hann í þennan heim?"
"Won't he become exuberant?"
— Verður hann ekki hress?
"won't he lose himself to pleasure and power?"
"mun hann ekki missa sig í ánægju og krafti?"
"won't he repeat all of his father's mistakes?"
"mun hann ekki endurtaka öll mistök föður síns?"

"won't he perhaps get entirely lost in Sansara?"
"mun hann ekki kannski týnast alveg í Sansara?"
Brightly, the ferryman's smile lit up
Björt logaði bros ferjumannsins
softly, he touched Siddhartha's arm
mjúklega snerti hann handlegg Siddhartha
"Ask the river about it, my friend!"
"Spyrðu ána um það, vinur minn!"
"Hear the river laugh about it!"
"Heyrðu ána hlæja að því!"
"Would you actually believe that you had committed your foolish acts?
„Myndir þú virkilega trúa því að þú hefðir framið heimskulegar athafnir þínar?
"in order to spare your son from committing them too"
„til að forða syni þínum frá því að fremja þau líka"
"And could you in any way protect your son from Sansara?"
"Og gætirðu á einhvern hátt verndað son þinn frá Sansara?"
"How could you protect him from Sansara?"
"Hvernig gastu verndað hann frá Sansara?"
"By means of teachings, prayer, admonition?"
"Með kennslu, bæn, áminningu?"
"My dear, have you entirely forgotten that story?"
"Elskan mín, hefurðu alveg gleymt þeirri sögu?"
"the story containing so many lessons"
„sagan sem inniheldur svo marga lærdóma"
"the story about Siddhartha, a Brahman's son"
„sagan um Siddhartha, son Brahmans"
"the story which you once told me here on this very spot?"
"söguna sem þú sagðir mér einu sinni hér á þessum stað?"
"Who has kept the Samana Siddhartha safe from Sansara?"
"Hver hefur haldið Samana Siddhartha öruggum frá Sansara?"
"who has kept him from sin, greed, and foolishness?"
"Hver hefur varið hann frá synd, ágirnd og heimsku?"
"Were his father's religious devotion able to keep him safe?
„Get trúrækni föður hans haldið honum öruggum?

"**were his teacher's warnings able to keep him safe?**"
"Gátu viðvaranir kennarans hans haldið honum öruggum?"
"**could his own knowledge keep him safe?**"
"gæti hans eigin þekking haldið honum öruggum?"
"**was his own search able to keep him safe?**"
"var hans eigin leit fær um að halda honum öruggum?"
"**What father has been able to protect his son?**"
"Hvaða faðir hefur getað verndað son sinn?"
"**what father could keep his son from living his life for himself?**"
"hvaða faðir gæti komið í veg fyrir að sonur hans lifi lífi sínu fyrir sjálfan sig?"
"**what teacher has been able to protect his student?**"
"hvaða kennari hefur tekist að vernda nemanda sinn?"
"**what teacher can stop his student from soiling himself with life?**"
"hvaða kennari getur komið í veg fyrir að nemandi hans óhreini sig með lífi?"
"**who could stop him from burdening himself with guilt?**"
"hver gæti hindrað hann í að íþyngja sjálfum sér með sektarkennd?"
"**who could stop him from drinking the bitter drink for himself?**"
"hver gæti hindrað hann í að drekka bitur drykkinn fyrir sjálfan sig?"
"**who could stop him from finding his path for himself?**"
"Hver gæti hindrað hann í að finna leið sína sjálfur?"
"**did you think anybody could be spared from taking this path?**"
"Heldurðu að einhver gæti verið hlíft við að fara þessa leið?"
"**did you think that perhaps your little son would be spared?**"
„Heldurðu að litla syni þínum yrði kannski hlíft?
"**did you think your love could do all that?**"
"Hélstu að ástin þín gæti allt þetta?"
"**did you think your love could keep him from suffering**"

"hélstu að ást þín gæti haldið honum frá þjáningum"
"did you think your love could protect him from pain and disappointment?
„Heldurðu að ást þín gæti verndað hann frá sársauka og vonbrigðum?
"you could die ten times for him"
"þú gætir dáið tíu sinnum fyrir hann"
"but you could take no part of his destiny upon yourself"
"en þú gætir ekki tekið á þig hlut af örlögum hans"
Never before, Vasudeva had spoken so many words
Aldrei áður hafði Vasudeva talað svona mörg orð
Kindly, Siddhartha thanked him
Vinsamlega þakkaði Siddhartha honum
he went troubled into the hut
hann gekk illa inn í skálann

he could not sleep for a long time
hann gat ekki sofið lengi
Vasudeva had told him nothing he had not already thought and known
Vasudeva hafði ekkert sagt honum sem hann hafði ekki þegar hugsað og þekkt
But this was a knowledge he could not act upon
En þetta var vitneskja sem hann gat ekki brugðist við
stronger than knowledge was his love for the boy
sterkari en þekkingu var ást hans til drengsins
stronger than knowledge was his tenderness
sterkari en þekking var blíða hans
stronger than knowledge was his fear to lose him
sterkari en þekking var óttinn við að missa hann
had he ever lost his heart so much to something?
hafði hann einhvern tíma misst hjartað svona mikið í einhverju?
had he ever loved any person so blindly?
hafði hann einhvern tíma elskað nokkurn mann svona í blindni?
had he ever suffered for someone so unsuccessfully?

hafði hann einhvern tíma þjáðst fyrir einhvern svona
árangurslaust?
**had he ever made such sacrifices for anyone and yet been so
unhappy?**
hafði hann einhvern tíma fært slíkar fórnir fyrir einhvern og
samt verið svo óhamingjusamur?
Siddhartha could not heed his friend's advice
Siddhartha gat ekki hlýtt ráðum vinar síns
he could not give up the boy
hann gat ekki gefið upp drenginn
He let the boy give him orders
Hann lét drenginn gefa sér skipanir
he let him disregard him
hann lét hann vanvirða sig
He said nothing and waited
Hann sagði ekkert og beið
daily, he attempted the struggle of friendliness
daglega reyndi hann vináttubaráttuna
he initiated the silent war of patience
hann hóf hið þögla þolinmæðisstríð
Vasudeva also said nothing and waited
Vasudeva sagði heldur ekkert og beið
They were both masters of patience
Þeir voru báðir meistarar í þolinmæði

one time the boy's face reminded him very much of Kamala
eitt sinn minnti andlit drengsins hann mjög á Kamala
**Siddhartha suddenly had to think of something Kamala had
once said**
Siddhartha þurfti skyndilega að hugsa um eitthvað sem
Kamala hafði einu sinni sagt
"You cannot love" she had said to him
„Þú getur ekki elskað," hafði hún sagt við hann
and he had agreed with her
og hann hafði samið við hana
and he had compared himself with a star
og hann hafði borið sig saman við stjörnu

and he had compared the childlike people with falling leaves
og hann hafði borið barnslega fólkið saman við fallandi lauf
but nevertheless, he had also sensed an accusation in that line
en engu að síður hafði hann líka skynjað ásökun í þeirri línu
Indeed, he had never been able to love
Reyndar hafði hann aldrei getað elskað
he had never been able to devote himself completely to another person
hann hafði aldrei getað helgað sig fullkomlega annarri manneskju
he had never been able to to forget himself
hann hafði aldrei getað gleymt sjálfum sér
he had never been able to commit foolish acts for the love of another person
hann hafði aldrei getað framið heimskulegar athafnir fyrir ást annars manns
at that time it seemed to set him apart from the childlike people
á þeim tíma virtist það aðgreina hann frá barnafólkinu
But ever since his son was here, Siddhartha also become a childlike person
En allt frá því að sonur hans var hér, varð Siddhartha líka barnsleg manneskja
he was suffering for the sake of another person
hann þjáðist vegna annars manns
he was loving another person
hann elskaði aðra manneskju
he was lost to a love for someone else
hann var týndur fyrir ást til einhvers annars
he had become a fool on account of love
hann var orðinn heimskur fyrir ástina
Now he too felt the strongest and strangest of all passions
Nú fannst honum líka sterkast og undarlegast allra ástríðna
he suffered from this passion miserably

hann þjáðist af þessari ástríðu ömurlega
and he was nevertheless in bliss
og var hann þó í sælu
he was nevertheless renewed in one respect
hann var samt endurnýjaður að einu leyti
he was enriched by this one thing
hann auðgaðist af þessu eina
He sensed very well that this blind love for his son was a passion
Hann skynjaði mjög vel að þessi blinda ást til sonar síns var ástríða
he knew that it was something very human
hann vissi að þetta var eitthvað mjög mannlegt
he knew that it was Sansara
hann vissi að þetta var Sansara
he knew that it was a murky source, dark waters
hann vissi að þetta var gruggug uppspretta, dimmt vatn
but he felt it was not worthless, but necessary
en honum fannst það ekki einskis virði, heldur nauðsynlegt
it came from the essence of his own being
það kom frá kjarna hans eigin veru
This pleasure also had to be atoned for
Þessa ánægju varð líka að bæta fyrir
this pain also had to be endured
þennan sársauka varð líka að þola
these foolish acts also had to be committed
þessar heimskulegu gjörðir varð líka að fremja
Through all this, the son let him commit his foolish acts
Í gegnum allt þetta lét sonurinn hann fremja heimskulegar athafnir sínar
he let him court for his affection
hann lét hann dæma fyrir ástúð sína
he let him humiliate himself every day
hann lét hann niðurlægja sig á hverjum degi
he gave in to the moods of his son
hann lét undan skapi sonar síns

his father had nothing which could have delighted him
faðir hans átti ekkert sem hefði getað glatt hann
and he nothing that the boy feared
og hann ekkert sem drengurinn óttaðist
He was a good man, this father
Hann var góður maður, þessi faðir
he was a good, kind, soft man
hann var góður, góður og mjúkur maður
perhaps he was a very devout man
kannski var hann mjög trúr maður
perhaps he was a saint, the boy thought
kannski var hann dýrlingur, hugsaði drengurinn
but all these attributes could not win the boy over
en allir þessir eiginleikar gátu ekki unnið drenginn
He was bored by this father, who kept him imprisoned
Honum leiddist þessum föður, sem hélt honum í fangelsi
a prisoner in this miserable hut of his
fangi í þessum ömurlega kofa hans
he was bored of him answering every naughtiness with a smile
honum leiddist að svara öllum óþægindum með brosi
he didn't appreciate insults being responded to by friendliness
hann kunni ekki að meta að móðgunum væri svarað með vinsemd
he didn't like viciousness returned in kindness
honum líkaði ekki að illmennska skilaði sér í góðvild
this very thing was the hated trick of this old sneak
einmitt þetta var hatað bragð þessa gamla laums
Much more the boy would have liked it if he had been threatened by him
Miklu meira hefði drengnum líkað það ef honum hefði verið hótað af honum
he wanted to be abused by him
hann vildi vera misnotaður af honum

A day came when young Siddhartha had had enough

Dagur kom þegar Siddhartha ungi var búinn að fá nóg
what was on his mind came bursting forth
það sem honum var efst í huga kom upp
and he openly turned against his father
og hann snerist opinberlega gegn föður sínum
Siddhartha had given him a task
Siddhartha hafði gefið honum verkefni
he had told him to gather brushwood
hann hafði sagt honum að safna burstaviði
But the boy did not leave the hut
En drengurinn fór ekki úr kofanum
in stubborn disobedience and rage, he stayed where he was
í harðþrunginni óhlýðni og reiði stóð hann þar sem hann var
he thumped on the ground with his feet
hann sló í jörðina með fótunum
he clenched his fists and screamed in a powerful outburst
hann kreppti hnefana og öskraði í kröftugu útfalli
he screamed his hatred and contempt into his father's face
hann öskraði hatur sitt og fyrirlitningu í andlit föður síns
"Get the brushwood for yourself!" he shouted, foaming at the mouth
"Fáðu burstaviðinn fyrir þig!" hrópaði hann og froðufellandi
"I'm not your servant"
"Ég er ekki þjónn þinn"
"I know that you won't hit me, you wouldn't dare"
"Ég veit að þú munt ekki lemja mig, þú myndir ekki þora"
"I know that you constantly want to punish me"
"Ég veit að þú vilt stöðugt refsa mér"
"you want to put me down with your religious devotion and your indulgence"
"þú vilt leggja mig niður með trúarhollustu þinni og eftirlátssemi þinni"
"You want me to become like you"
"Þú vilt að ég verði eins og þú"
"you want me to be just as devout, soft, and wise as you"
"þú vilt að ég sé alveg eins trúrækinn, mjúkur og vitur og þú"

"but I won't do it, just to make you suffer"
"en ég mun ekki gera það, bara til að láta þig þjást"
"I would rather become a highway-robber than be as soft as you"
„Ég vil frekar verða þjóðvegaræningi en að vera eins mjúkur og þú"
"I would rather be a murderer than be as wise as you"
"Ég vil frekar vera morðingi en að vera eins vitur og þú"
"I would rather go to hell, than to become like you!"
"Ég vil frekar fara til helvítis en að verða eins og þú!"
"I hate you, you're not my father
„Ég hata þig, þú ert ekki faðir minn
"even if you've slept with my mother ten times, you are not my father!"
"Þótt þú hafir sofið tíu sinnum hjá mömmu, þá ertu ekki faðir minn!"

Rage and grief boiled over in him
Reiði og sorg sjóðaði upp úr honum
he foamed at his father in a hundred savage and evil words
hann froðufelldi föður sinn með hundrað villtum og illum orðum
Then the boy ran away into the forest
Þá hljóp drengurinn í burtu inn í skóginn
it was late at night when the boy returned
það var seint um nótt þegar drengurinn kom aftur
But the next morning, he had disappeared
En morguninn eftir var hann horfinn
What had also disappeared was a small basket
Það sem hafði líka horfið var lítil karfa
the basket in which the ferrymen kept those copper and silver coins
körfuna sem ferjumenn geymdu þá kopar- og silfurpeninga í
the coins which they received as a fare
myntin sem þeir fengu í fargjald
The boat had also disappeared
Báturinn var líka horfinn

Siddhartha saw the boat lying by the opposite bank
Siddhartha sá bátinn liggja við gagnstæða bakkann
Siddhartha had been shivering with grief
Siddhartha hafði verið skjálfandi af sorg
the ranting speeches the boy had made touched him
hávær ræðurnar sem drengurinn hafði flutt snertu hann
"I must follow him," said Siddhartha
"Ég verð að fylgja honum," sagði Siddhartha
"A child can't go through the forest all alone, he'll perish"
„Barn getur ekki farið eitt í gegnum skóginn, það mun farast"
"We must build a raft, Vasudeva, to get over the water"
„Við verðum að byggja fleka, Vasudeva, til að komast yfir vatnið"
"We will build a raft" said Vasudeva
„Við munum byggja fleka," sagði Vasudeva
"we will build it to get our boat back"
„við munum smíða hann til að fá bátinn okkar aftur"
"But you shall not run after your child, my friend"
"En þú skalt ekki hlaupa á eftir barninu þínu, vinur minn"
"he is no child anymore"
"hann er ekkert barn lengur"
"he knows how to get around"
„hann veit hvernig á að komast um"
"He's looking for the path to the city"
„Hann er að leita að leiðinni til borgarinnar"
"and he is right, don't forget that"
"og hann hefur rétt fyrir sér, ekki gleyma því"
"he's doing what you've failed to do yourself"
„hann er að gera það sem þér hefur mistekist að gera sjálfur"
"he's taking care of himself"
„hann sér um sjálfan sig"
"he's taking his course for himself"
„hann er að taka námskeiðið fyrir sjálfan sig"
"Alas, Siddhartha, I see you suffering"
"Æ, Siddhartha, ég sé þig þjást"

"but you're suffering a pain at which one would like to laugh"
"en þú þjáist af sársauka sem maður myndi vilja hlæja að"
"you're suffering a pain at which you'll soon laugh yourself"
"þú ert að þjást af sársauka sem þú munt fljótlega hlæja sjálfur að"
Siddhartha did not answer his friend
Siddhartha svaraði ekki vini sínum
He already held the axe in his hands
Hann hafði þegar öxina í höndum sér
and he began to make a raft of bamboo
og hann byrjaði að búa til fleka af bambus
Vasudeva helped him to tie the canes together with ropes of grass
Vasudeva hjálpaði honum að binda stafina saman með grasreipi
When they crossed the river they drifted far off their course
Þegar þeir komust yfir ána, rak þeir langt út af leið sinni
they pulled the raft upriver on the opposite bank
þeir drógu flekann upp ána á hinum bakka
"Why did you take the axe along?" asked Siddhartha
"Af hverju tókstu öxina með?" spurði Siddhartha
"It might have been possible that the oar of our boat got lost"
„Það gæti hafa verið mögulegt að róðurinn á bátnum okkar týndist"
But Siddhartha knew what his friend was thinking
En Siddhartha vissi hvað vinur hans var að hugsa
He thought, the boy would have thrown away the oar
Hann hugsaði, drengurinn hefði hent áranum
in order to get some kind of revenge
til þess að ná einhvers konar hefnd
and in order to keep them from following him
og til þess að forða þeim frá því að fylgja honum
And in fact, there was no oar left in the boat
Og í rauninni var engin ár eftir í bátnum
Vasudeva pointed to the bottom of the boat

Vasudeva benti á botn bátsins
and he looked at his friend with a smile
og hann horfði brosandi á vin sinn
he smiled as if he wanted to say something
hann brosti eins og hann vildi segja eitthvað
"Don't you see what your son is trying to tell you?"
"Sérðu ekki hvað sonur þinn er að reyna að segja þér?"
"Don't you see that he doesn't want to be followed?"
"Sérðu ekki að hann vill ekki láta fylgja honum?"
But he did not say this in words
En hann sagði þetta ekki með orðum
He started making a new oar
Hann byrjaði að búa til nýjan ára
But Siddhartha bid his farewell, to look for the run-away
En Siddhartha kvaddi, til að leita að flóttamanninum
Vasudeva did not stop him from looking for his child
Vasudeva kom ekki í veg fyrir að hann leitaði að barninu sínu

Siddhartha had been walking through the forest for a long time
Siddhartha hafði gengið í gegnum skóginn í langan tíma
the thought occurred to him that his search was useless
þá datt honum í hug að leit hans væri gagnslaus
Either the boy was far ahead and had already reached the city
Annað hvort var drengurinn langt á undan og var þegar kominn til borgarinnar
or he would conceal himself from him
ella myndi hann leyna sér fyrir honum
he continued thinking about his son
hann hélt áfram að hugsa um son sinn
he found that he was not worried for his son
hann fann að hann hafði engar áhyggjur af syni sínum
he knew deep inside that he had not perished
hann vissi innst inni að hann hafði ekki farist
nor was he in any danger in the forest
né var hann í neinni hættu í skóginum

Nevertheless, he ran without stopping
Engu að síður hljóp hann án þess að stoppa
he was not running to save him
hann var ekki að hlaupa til að bjarga honum
he was running to satisfy his desire
hann hljóp til að fullnægja löngun sinni
he wanted to perhaps see him one more time
hann vildi kannski sjá hann einu sinni enn
And he ran up to just outside of the city
Og hann hljóp upp rétt fyrir utan borgina
When, near the city, he reached a wide road
Þegar hann var nálægt borginni kom hann á breiðan veg
he stopped, by the entrance of the beautiful pleasure-garden
hann stoppaði við innganginn í fallega skemmtigarðinum
the garden which used to belong to Kamala
garðinn sem áður tilheyrði Kamala
the garden where he had seen her for the first time
garðinn þar sem hann hafði séð hana í fyrsta sinn
when she was sitting in her sedan-chair
þegar hún sat í fólksbílstólnum sínum
The past rose up in his soul
Fortíðin reis upp í sál hans
again, he saw himself standing there
aftur sá hann sjálfan sig standa þarna
a young, bearded, naked Samana
ung, skeggjaður, nakin Samana
his hair hair was full of dust
hárið á honum var fullt af ryki
For a long time, Siddhartha stood there
Í langan tíma stóð Siddhartha þar
he looked through the open gate into the garden
hann leit í gegnum opið hliðið inn í garðinn
he saw monks in yellow robes walking among the beautiful trees
hann sá munka í gulum skikkjum ganga á milli fallegra trjánna

For a long time, he stood there, pondering
Þar stóð hann lengi og velti fyrir sér
he saw images and listened to the story of his life
hann sá myndir og hlustaði á lífssögu sína
For a long time, he stood there looking at the monks
Þar stóð hann lengi og horfði á munkana
he saw young Siddhartha in their place
hann sá unga Siddhartha í þeirra stað
he saw young Kamala walking among the high trees
hann sá unga Kamala ganga meðal háu trjánna
Clearly, he saw himself being served food and drink by Kamala
Augljóslega sá hann sjálfan sig fá mat og drykk frá Kamala
he saw himself receiving his first kiss from her
hann sá sjálfan sig fá sinn fyrsta koss frá henni
he saw himself looking proudly and disdainfully back on his life as a Brahman
hann sá sjálfan sig líta stoltur og fyrirlitlega til baka á líf sitt sem Brahman
he saw himself beginning his worldly life, proudly and full of desire
hann sá sjálfan sig hefja veraldlegt líf sitt, stoltur og fullur af þrá
He saw Kamaswami, the servants, the orgies
Hann sá Kamaswami, þjónana, orgíurnar
he saw the gamblers with the dice
sá hann spilamennina með teningana
he saw Kamala's song-bird in the cage
hann sá söngfuglinn hans Kamala í búrinu
he lived through all this again
hann lifði þetta allt aftur
he breathed Sansara and was once again old and tired
hann andaði Sansara og var aftur orðinn gamall og þreyttur
he felt the disgust and the wish to annihilate himself again
hann fann fyrir andstyggðinni og lönguninni til að tortíma sjálfum sér aftur

and he was healed again by the holy Om
ok var hann enn heill af hinu heilaga Om
for a long time Siddhartha had stood by the gate
í langan tíma hafði Siddhartha staðið við hliðið
he realised his desire was foolish
hann áttaði sig á því að þrá hans var heimskuleg
he realized it was foolishness which had made him go up to this place
hann áttaði sig á því að það var heimska sem hafði fengið hann til að fara upp á þennan stað
he realized he could not help his son
hann áttaði sig á því að hann gæti ekki hjálpað syni sínum
and he realized that he was not allowed to cling to him
og hann áttaði sig á því að hann mátti ekki loða við hann
he felt the love for the run-away deeply in his heart
hann fann ástina til flóttans djúpt í hjarta sínu
the love for his son felt like a wound
ástin til sonar síns var eins og sár
but this wound had not been given to him in order to turn the knife in it
en þetta sár hafði hann ekki fengið til þess að snúa hnífnum í það
the wound had to become a blossom
sárið varð að verða að blóma
and his wound had to shine
og varð sár hans að skína
That this wound did not blossom or shine yet made him sad
Að þetta sár hafi ekki blómstrað eða ljómað, gerði hann enn harma
Instead of the desired goal, there was emptiness
Í stað þess markmiðs sem óskað var eftir var tómleiki
emptiness had drawn him here, and sadly he sat down
tómleikinn hafði dregið hann hingað og því miður settist hann niður
he felt something dying in his heart
hann fann eitthvað deyja í hjarta sínu

he experienced emptiness and saw no joy any more
hann upplifði tómleika og sá enga gleði lengur
there was no goal for which to aim for
það var ekkert markmið að stefna að
He sat lost in thought and waited
Hann sat í hugsunum og beið
This he had learned by the river
Þetta hafði hann lært við ána
waiting, having patience, listening attentively
bíða, hafa þolinmæði, hlusta af athygli
And he sat and listened, in the dust of the road
Og hann sat og hlustaði, í ryki vegarins
he listened to his heart, beating tiredly and sadly
hann hlustaði á hjartað, sló þreytulega og dapurlega
and he waited for a voice
og hann beið eftir rödd
Many an hour he crouched, listening
Marga klukkutíma hné hann og hlustaði
he saw no images any more
hann sá engar myndir lengur
he fell into emptiness and let himself fall
hann féll í tómið og lét sig falla
he could see no path in front of him
hann sá engan veg fyrir sér
And when he felt the wound burning, he silently spoke the Om
Og þegar hann fann sárið brenna, talaði hann hljóðlega um
he filled himself with Om
hann fyllti sig með Om
The monks in the garden saw him
Munkarnir í garðinum sáu hann
dust was gathering on his gray hair
ryk var að safnast á gráa hárið hans
since he crouched for many hours, one of monks placed two bananas in front of him

þar sem hann krjúpaði í marga klukkutíma, setti einn munkanna tvo banana fyrir framan hann
The old man did not see him
Gamli maðurinn sá hann ekki

From this petrified state, he was awoken by a hand touching his shoulder
Úr þessu steindauðu ástandi vaknaði hann við hönd sem snerti öxl hans
Instantly, he recognised this tender bashful touch
Samstundis þekkti hann þessa blíðu skömmustu snertingu
Vasudeva had followed him and waited
Vasudeva hafði fylgt honum og beðið
he regained his senses and rose to greet Vasudeva
hann tók við sér og reis upp til að heilsa Vasudeva
he looked into Vasudeva's friendly face
hann horfði í vingjarnlegt andlit Vasudeva
he looked into the small wrinkles
hann horfði í litla hrukkurnar
his wrinkles were as if they were filled with nothing but his smile
hrukkurnar hans voru eins og þær væru fylltar af engu nema brosi hans
he looked into the happy eyes, and then he smiled too
hann horfði í glöðu augun og svo brosti hann líka
Now he saw the bananas lying in front of him
Nú sá hann bananana liggja fyrir framan sig
he picked the bananas up and gave one to the ferryman
hann tók upp bananana og gaf ferjumanninum einn
After eating the bananas, they silently went back into the forest
Eftir að hafa borðað bananana fóru þeir þegjandi aftur inn í skóginn
they returned home to the ferry
þeir sneru heim í ferjuna
Neither one talked about what had happened that day
Hvorugur talaði um hvað hefði gerst þennan dag

neither one mentioned the boy's name
hvorugur nefndi nafn drengsins
neither one spoke about him running away
hvorugur talaði um að hann hljóp í burtu
neither one spoke about the wound
hvorugur talaði um sárið
In the hut, Siddhartha lay down on his bed
Í kofanum lagðist Siddhartha á rúmið sitt
after a while Vasudeva came to him
eftir smá stund kom Vasudeva til hans
he offered him a bowl of coconut-milk
hann bauð honum skál af kókosmjólk
but he was already asleep
en hann var þegar sofnaður

Om

For a long time the wound continued to burn
Lengi vel hélt sárið áfram að brenna
Siddhartha had to ferry many travellers across the river
Siddhartha þurfti að ferja marga ferðamenn yfir ána
many of the travellers were accompanied by a son or a daughter
margir ferðalanganna voru í fylgd með son eða dóttur
and he saw none of them without envying them
og hann sá engan þeirra án þess að öfunda þá
he couldn't see them without thinking about his lost son
hann gat ekki séð þá án þess að hugsa um týnda son sinn
"So many thousands possess the sweetest of good fortunes"
„Svo margar þúsundir eiga ljúfustu gæfu"
"why don't I also possess this good fortune?"
"af hverju á ég ekki líka þessa gæfu?"
"even thieves and robbers have children and love them"
„Jafnvel þjófar og ræningjar eiga börn og elska þau"
"and they are being loved by their children"
„og börnunum sínum elskar þau"
"all are loved by their children except for me"
"öll eru elskuð af börnum sínum nema ég"
he now thought like the childlike people, without reason
hann hugsaði nú eins og barnslega fólkið, án ástæðu
he had become one of the childlike people
hann var orðinn einn af barnsmunum
he looked upon people differently than before
hann leit öðruvísi á fólk en áður
he was less smart and less proud of himself
hann var minna klár og minna stoltur af sjálfum sér
but instead, he was warmer and more curious
en í staðinn var hann hlýrri og forvitnari
when he ferried travellers, he was more involved than before
þegar hann ferjaði ferðalanga kom hann meira við sögu en áður

childlike people, businessmen, warriors, women
barnslegt fólk, kaupsýslumenn, stríðsmenn, konur
these people did not seem alien to him, as they used to
þetta fólk þótti honum ekki framandi eins og það var vanur
he understood them and shared their life
hann skildi þá og deildi lífi þeirra
a life which was not guided by thoughts and insight
líf sem var ekki stýrt af hugsunum og innsæi
but a life guided solely by urges and wishes
en líf sem er eingöngu stýrt af hvötum og óskum
he felt like the the childlike people
honum leið eins og barnslega fólkinu
he was bearing his final wound
hann var að bera sitt síðasta sár
he was nearing perfection
hann var að nálgast fullkomnun
but the childlike people still seemed like his brothers
en barnafólkið virtist samt vera bræður hans
their vanities, desires for possession were no longer ridiculous to him
hégómi þeirra, langanir til eignar voru honum ekki lengur hlægilegar
they became understandable and lovable
þau urðu skiljanleg og elskuleg
they even became worthy of veneration to him
þeir urðu honum meira að segja virðingarverðir
The blind love of a mother for her child
Blind ást móður á barninu sínu
the stupid, blind pride of a conceited father for his only son
heimskulegt, blindt stolt yfirlætis föður yfir einkasyni sínum
the blind, wild desire of a young, vain woman for jewellery
blind, villt þrá ungrar, fánýtrar konu í skartgripi
her wish for admiring glances from men
ósk hennar um aðdáunarverð augnaráð frá karlmönnum
all of these simple urges were not childish notions
allar þessar einföldu hvatir voru ekki barnalegar hugmyndir

but they were immensely strong, living, and prevailing urges
en þeir voru ákaflega sterkir, lifandi og ríkjandi hvatir
he saw people living for the sake of their urges
hann sá fólk lifa fyrir sakir hvöt sinna
he saw people achieving rare things for their urges
hann sá fólk ná sjaldgæfum hlutum fyrir hvatir sínar
travelling, conducting wars, suffering
ferðast, stunda stríð, þjást
they bore an infinite amount of suffering
þeir báru óendanlega mikla þjáningu
and he could love them for it, because he saw life
og hann gat elskað þá fyrir það, því hann sá lífið
that what is alive was in each of their passions
að það sem er lifandi var í hverjum ástríðum þeirra
that what is is indestructible was in their urges, the Brahman
að það sem er er óslítandi var í hvötum þeirra, Brahman
these people were worthy of love and admiration
þetta fólk var verðugt ástar og aðdáunar
they deserved it for their blind loyalty and blind strength
þeir áttu það skilið fyrir blinda tryggð og blindan styrk
there was nothing that they lacked
það var ekkert sem þá skorti
Siddhartha had nothing which would put him above the rest, except one thing
Siddhartha hafði ekkert sem myndi setja hann ofar hinum, nema eitt
there still was a small thing he had which they didn't
enn var smá hlutur sem hann átti sem þeir áttu ekki
he had the conscious thought of the oneness of all life
hann hafði meðvitaða hugsun um einingu alls lífs
but Siddhartha even doubted whether this knowledge should be valued so highly
en Siddhartha efaðist jafnvel um hvort ætti að meta þessa þekkingu svo hátt
it might also be a childish idea of the thinking people

það gæti líka verið barnaleg hugmynd um hugsandi fólk
the worldly people were of equal rank to the wise men
veraldlega fólkið var jafnt við vitringana
animals too can in some moments seem to be superior to humans
dýr geta líka á sumum augnablikum virst vera mönnum æðri
they are superior in their tough, unrelenting performance of what is necessary
þeir eru æðri í harðri, óvæginn frammistöðu þeirra sem þarf
an idea slowly blossomed in Siddhartha
hugmynd blómstraði hægt og rólega í Siddhartha
and the idea slowly ripened in him
og hugmyndin þroskaðist hægt og rólega hjá honum
he began to see what wisdom actually was
hann fór að sjá hvað viska væri í raun og veru
he saw what the goal of his long search was
hann sá hvert markmiðið var með langri leit sinni
his search was nothing but a readiness of the soul
Leit hans var ekkert annað en reiðubúin sál
a secret art to think every moment, while living his life
leyndarmál list að hugsa hverja stund, meðan hann lifir lífi sínu
it was the thought of oneness
það var hugsunin um einingu
to be able to feel and inhale the oneness
að geta fundið og andað að sér einingunni
Slowly this awareness blossomed in him
Hægt og rólega blómstraði þessi vitund í honum
it was shining back at him from Vasudeva's old, childlike face
það skein aftur á hann frá gömlu, barnslegu andliti Vasudeva
harmony and knowledge of the eternal perfection of the world
sátt og þekkingu á eilífri fullkomnun heimsins
smiling and to be part of the oneness
brosandi og að vera hluti af einingunni

But the wound still burned
En sárið brann samt
longingly and bitterly Siddhartha thought of his son
Siddhartha hugsaði með söknuði og beiskju um son sinn
he nurtured his love and tenderness in his heart
hann ræktaði ást sína og blíðu í hjarta sínu
he allowed the pain to gnaw at him
hann leyfði sársaukanum að naga sig
he committed all foolish acts of love
hann framdi öll heimskuleg kærleiksverk
this flame would not go out by itself
þessi logi slokknaði ekki af sjálfu sér

one day the wound burned violently
dag einn brann sárið harkalega
driven by a yearning, Siddhartha crossed the river
drifin áfram af þrá fór Siddhartha yfir ána
he got off the boat and was willing to go to the city
hann fór af bátnum og var fús til borgarinnar
he wanted to look for his son again
hann vildi leita sonar síns aftur
The river flowed softly and quietly
Áin rann mjúklega og hljóðlega
it was the dry season, but its voice sounded strange
það var þurrkatíð, en rödd hans hljómaði undarlega
it was clear to hear that the river laughed
það var greinilegt að heyra að áin hló
it laughed brightly and clearly at the old ferryman
það hló skært og skýrt að gamla ferjumanninum
he bent over the water, in order to hear even better
hann beygði sig yfir vatnið, til þess að heyra enn betur
and he saw his face reflected in the quietly moving waters
og hann sá andlit sitt speglast í hljóðlátu vötnunum
in this reflected face there was something
í þessu speglaða andliti var eitthvað
something which reminded him, but he had forgotten
eitthvað sem minnti hann á, en hann hafði gleymt

as he thought about it, he found it
þegar hann hugsaði um það, fann hann það
this face resembled another face which he used to know and love
þetta andlit líktist öðru andliti sem hann var vanur að þekkja og elska
but he also used to fear this face
en hann óttaðist líka þetta andlit
It resembled his father's face, the Brahman
Það líktist andliti föður hans, Brahman
he remembered how he had forced his father to let him go
hann mundi hvernig hann hafði þvingað föður sinn til að láta hann fara
he remembered how he had bid his farewell to him
hann mundi hvernig hann hafði kvatt hann
he remembered how he had gone and had never come back
hann mundi hvernig hann hafði farið og aldrei komið aftur
Had his father not also suffered the same pain for him?
Hefði faðir hans ekki líka þjáðst af sama sársauka fyrir hann?
was his father's pain not the pain Siddhartha is suffering now?
var sársauki föður hans ekki sársauki sem Siddhartha þjáist núna?
Had his father not long since died?
Var faðir hans ekki löngu dáinn?
had he died without having seen his son again?
hafði hann dáið án þess að hafa séð son sinn aftur?
Did he not have to expect the same fate for himself?
Þurfti hann ekki að búast við sömu örlögum fyrir sjálfan sig?
Was it not a comedy in a fateful circle?
Var þetta ekki gamanmynd í örlagaríkum hring?
The river laughed about all of this
Áin hló að þessu öllu saman
everything came back which had not been suffered
allt kom aftur sem ekki hafði orðið fyrir
everything came back which had not been solved

allt kom til baka sem ekki hafði verið leyst
the same pain was suffered over and over again
sama sársaukinn varð fyrir aftur og aftur
Siddhartha went back into the boat
Siddhartha fór aftur í bátinn
and he returned back to the hut
og hann sneri aftur til skálans
he was thinking of his father and of his son
hann var að hugsa um föður sinn og son sinn
he thought of having been laughed at by the river
honum datt í hug að hafa verið hlegið að ánni
he was at odds with himself and tending towards despair
hann var á skjön við sjálfan sig og hneigðist til örvæntingar
but he was also tempted to laugh
en hann freistaði líka til að hlæja
he could laugh at himself and the entire world
hann gat hlegið að sjálfum sér og öllum heiminum
Alas, the wound was not blossoming yet
Því miður var sárið ekki enn að blómstra
his heart was still fighting his fate
hjarta hans barðist enn við örlög hans
cheerfulness and victory were not yet shining from his suffering
glaðværð og sigur var ekki enn skín af þjáningum hans
Nevertheless, he felt hope along with the despair
Engu að síður fann hann fyrir von ásamt örvæntingu
once he returned to the hut he felt an undefeatable desire to open up to Vasudeva
þegar hann kom aftur í kofann fann hann fyrir ósigrandi löngun til að opna sig fyrir Vasudeva
he wanted to show him everything
hann vildi sýna honum allt
he wanted to say everything to the master of listening
hann vildi segja allt við meistarann að hlusta

Vasudeva was sitting in the hut, weaving a basket
Vasudeva sat í kofanum og vefaði körfu

He no longer used the ferry-boat
Hann notaði ekki lengur ferjuna
his eyes were starting to get weak
augu hans voru farin að verða veik
his arms and hands were getting weak as well
handleggir hans og hendur voru líka að veikjast
only the joy and cheerful benevolence of his face was unchanging
aðeins gleðin og glaðværð andlits hans var óbreytanleg
Siddhartha sat down next to the old man
Siddhartha settist við hlið gamla mannsins
slowly, he started talking about what they had never spoke about
hægt og rólega fór hann að tala um það sem þeir höfðu aldrei talað um
he told him of his walk to the city
hann sagði honum frá göngu sinni til borgarinnar
he told at him of the burning wound
sagði hann við hann frá brunasárinu
he told him about the envy of seeing happy fathers
hann sagði honum frá öfundinni af því að sjá hamingjusama feður
his knowledge of the foolishness of such wishes
vitneskju hans um heimsku slíkra óska
his futile fight against his wishes
fánýta baráttu hans gegn vilja hans
he was able to say everything, even the most embarrassing parts
hann gat sagt allt, jafnvel hina vandræðalegustu hluti
he told him everything he could tell him
hann sagði honum allt sem hann gat sagt honum
he showed him everything he could show him
hann sýndi honum allt sem hann gat sýnt honum
He presented his wound to him
Hann bar honum sár sitt
he also told him how he had fled today

hann sagði honum líka hvernig hann hefði flúið í dag
he told him how he ferried across the water
hann sagði honum hvernig hann ferjaði yfir vatnið
a childish run-away, willing to walk to the city
barnalegur flóttamaður, til í að ganga til borgarinnar
and he told him how the river had laughed
og sagði honum hvernig áin hefði hlegið
he spoke for a long time
hann talaði lengi
Vasudeva was listening with a quiet face
Vasudeva hlustaði með hljóðu andliti
Vasudeva's listening gave Siddhartha a stronger sensation than ever before
Hlustun Vasudeva gaf Siddhartha sterkari tilfinningu en nokkru sinni fyrr
he sensed how his pain and fears flowed over to him
hann skynjaði hvernig sársauki hans og ótti streymdu yfir til hans
he sensed how his secret hope flowed over him
hann skynjaði hvernig hulduvonin streymdi yfir hann
To show his wound to this listener was the same as bathing it in the river
Að sýna þessum hlustanda sár sitt var það sama og að baða það í ánni
the river would have cooled Siddhartha's wound
áin hefði kælt sár Siddhartha
the quiet listening cooled Siddhartha's wound
hljóðlát hlustun kældi sár Siddhartha
it cooled him until he become one with the river
það kældi hann þar til hann varð einn með ánni
While he was still speaking, still admitting and confessing
Meðan hann var enn að tala, viðurkenndi enn og játaði
Siddhartha felt more and more that this was no longer Vasudeva
Siddhartha fann meira og meira að þetta væri ekki lengur Vasudeva

it was no longer a human being who was listening to him
það var ekki lengur manneskja sem hlustaði á hann
this motionless listener was absorbing his confession into himself
þessi hreyfingarlausi hlustandi var að gleypa játningu sína inn í sig
this motionless listener was like a tree the rain
þessi hreyfingarlausi hlustandi var eins og tré regnið
this motionless man was the river itself
þessi hreyfingarlausi maður var áin sjálf
this motionless man was God himself
þessi hreyfingarlausi maður var Guð sjálfur
the motionless man was the eternal itself
hreyfingarlausi maðurinn var hinn eilífi sjálfur
Siddhartha stopped thinking of himself and his wound
Siddhartha hætti að hugsa um sjálfan sig og sárið sitt
this realisation of Vasudeva's changed character took possession of him
þessi skilningur á breyttri persónu Vasudeva tók við honum
and the more he entered into it, the less wondrous it became
og því meira sem hann gekk inn í það, því minna undursamlega varð það
the more he realised that everything was in order and natural
því betur áttaði hann sig á því að allt var í röð og reglu og eðlilegt
he realised that Vasudeva had already been like this for a long time
hann áttaði sig á því að Vasudeva hafði þegar verið svona í langan tíma
he had just not quite recognised it yet
hann var bara ekki búinn að átta sig á því ennþá
yes, he himself had almost reached the same state
já, sjálfur var hann næstum kominn í sama ástand
He felt, that he was now seeing old Vasudeva as the people see the gods

Honum fannst hann nú sjá gamla Vasudeva eins og fólkið sér guðina
and he felt that this could not last
og hann fann að þetta gæti ekki staðist
in his heart, he started bidding his farewell to Vasudeva
í hjarta sínu byrjaði hann að kveðja Vasudeva
Throughout all this, he talked incessantly
Í gegnum allt þetta talaði hann án afláts
When he had finished talking, Vasudeva turned his friendly eyes at him
Þegar hann hafði lokið máli sínu sneri Vasudeva vingjarnlegum augum sínum að honum
the eyes which had grown slightly weak
augun sem voru orðin örlítið veik
he said nothing, but let his silent love and cheerfulness shine
hann sagði ekkert, en lét þögla ást sína og glaðværð skína
his understanding and knowledge shone from him
af honum skein skilningur hans og þekking
He took Siddhartha's hand and led him to the seat by the bank
Hann tók í hönd Siddhartha og leiddi hann að sætinu við bankann
he sat down with him and smiled at the river
hann settist hjá honum og brosti til ánna
"You've heard it laugh," he said
„Þú hefur heyrt það hlæja," sagði hann
"But you haven't heard everything"
"En þú hefur ekki heyrt allt"
"Let's listen, you'll hear more"
"Við skulum hlusta, þú munt heyra meira"
Softly sounded the river, singing in many voices
Mjúklega hljómaði áin og söng mörgum röddum
Siddhartha looked into the water
Siddhartha horfði í vatnið
images appeared to him in the moving water

myndir birtust honum í vatninu á hreyfingu
his father appeared, lonely and mourning for his son
faðir hans birtist, einmana og syrgði son sinn
he himself appeared in the moving water
sjálfur birtist hann í vatninu á hreyfingu
he was also being tied with the bondage of yearning to his distant son
hann var líka bundinn í ánauð þrá við fjarlægan son sinn
his son appeared, lonely as well
sonur hans birtist, einmana líka
the boy, greedily rushing along the burning course of his young wishes
drengurinn, þjóta ágjarnan eftir brennandi braut unga óska sinna
each one was heading for his goal
hver og einn stefndi að sínu marki
each one was obsessed by the goal
hver og einn var heltekinn af markinu
each one was suffering from the pursuit
hver og einn þjáðist af eftirförinni
The river sang with a voice of suffering
Áin söng með þjáningarrödd
longingly it sang and flowed towards its goal
með söknuði söng það og rann í átt að takmarki sínu
"Do you hear?" Vasudeva asked with a mute gaze
"Heyrirðu?" spurði Vasudeva með þögulu augnaráði
Siddhartha nodded in reply
Siddhartha kinkaði kolli til að svara
"Listen better!" Vasudeva whispered
"Hlustaðu betur!" hvíslaði Vasudeva
Siddhartha made an effort to listen better
Siddhartha reyndi að hlusta betur
The image of his father appeared
Myndin af föður hans birtist
his own image merged with his father's
hans eigin ímynd sameinaðist ímynd föður hans

the image of his son merged with his image
ímynd sonar hans sameinaðist ímynd hans
Kamala's image also appeared and was dispersed
Mynd Kamala birtist líka og dreifðist
and the image of Govinda, and other images
og myndin af Govinda, og aðrar myndir
and all the imaged merged with each other
og allar myndirnar runnu saman við hvert annað
all the imaged turned into the river
allar myndirnar breyttust í ána
being the river, they all headed for the goal
enda áin stefndu þeir allir að markinu
longing, desiring, suffering flowed together
þrá, þrá, þjáning flæddi saman
and the river's voice sounded full of yearning
og rödd árinnar hljómaði full af þrá
the river's voice was full of burning woe
rödd árinnar var full af brennandi vá
the river's voice was full of unsatisfiable desire
Rödd árinnar var full af ófullnægjandi þrá
For the goal, the river was heading
Í markið stefndi áin
Siddhartha saw the river hurrying towards its goal
Siddhartha sá ána flýta sér að markmiði sínu
the river of him and his loved ones and of all people he had ever seen
áin hans og ástvina hans og allra manna sem hann hafði nokkurn tíma séð
all of these waves and waters were hurrying
allar þessar öldur og vötn voru að flýta sér
they were all suffering towards many goals
þeir voru allir að þjást í átt að mörgum markmiðum
the waterfall, the lake, the rapids, the sea
fossinn, vatnið, flúðirnar, sjórinn
and all goals were reached
og öllum markmiðum var náð

and every goal was followed by a new one
og hverju marki fylgdi nýtt
and the water turned into vapour and rose to the sky
og vatnið breyttist í gufu og steig til himins
the water turned into rain and poured down from the sky
vatnið breyttist í rigningu og helltist niður af himni
the water turned into a source
vatnið breyttist í uppsprettu
then the source turned into a stream
þá breyttist uppspretta í læk
the stream turned into a river
lækurinn breyttist í á
and the river headed forwards again
og áin stefndi aftur fram
But the longing voice had changed
En þráröddin hafði breyst
It still resounded, full of suffering, searching
Það ómaði enn, fullt af þjáningum, leitandi
but other voices joined the river
en aðrar raddir gengu í ána
there were voices of joy and of suffering
það voru raddir gleði og þjáningar
good and bad voices, laughing and sad ones
góðar og slæmar raddir, hlæjandi og sorglegar
a hundred voices, a thousand voices
hundrað raddir, þúsund raddir
Siddhartha listened to all these voices
Siddhartha hlustaði á allar þessar raddir
He was now nothing but a listener
Hann var nú ekkert nema hlustandi
he was completely concentrated on listening
hann var algjörlega einbeittur að því að hlusta
he was completely empty now
hann var alveg tómur núna
he felt that he had now finished learning to listen
honum fannst hann nú búinn að læra að hlusta

Often before, he had heard all this
Allt þetta hafði hann oft áður heyrt
he had heard these many voices in the river
hann hafði heyrt þessar margar raddir í ánni
today the voices in the river sounded new
í dag hljómuðu raddirnar í ánni nýjar
Already, he could no longer tell the many voices apart
Nú þegar gat hann ekki lengur greint margar raddir í sundur
there was no difference between the happy voices and the weeping ones
það var enginn munur á gleðiröddunum og grátandi
the voices of children and the voices of men were one
raddir barna og raddir manna voru ein
all these voices belonged together
allar þessar raddir áttu saman
the lamentation of yearning and the laughter of the knowledgeable one
kvein þrá og hlátur hins fróða
the scream of rage and the moaning of the dying ones
reiðiöskrið og væl hinna deyjandi
everything was one and everything was intertwined
allt var eitt og allt var samofið
everything was connected and entangled a thousand times
allt var tengt og flækt þúsund sinnum
everything together, all voices, all goals
allt saman, allar raddir, öll markmið
all yearning, all suffering, all pleasure
öll þrá, öll þjáning, öll ánægja
all that was good and evil
allt sem var gott og illt
all of this together was the world
allt þetta saman var heimurinn
All of it together was the flow of events
Allt saman var atburðarásin
all of it was the music of life
allt var þetta tónlist lífsins

when Siddhartha was listening attentively to this river
þegar Siddhartha hlustaði af athygli á þessa á
the song of a thousand voices
söng þúsund radda
when he neither listened to the suffering nor the laughter
þegar hann hvorki hlustaði á þjáninguna né hláturinn
when he did not tie his soul to any particular voice
þegar hann batt ekki sál sína við neina sérstaka rödd
when he submerged his self into the river
þegar hann kafaði sjálfum sér í ána
but when he heard them all he perceived the whole, the oneness
en þegar hann heyrði þá alla, skynjaði hann heildina, eininguna
then the great song of the thousand voices consisted of a single word
þá samanstóð hinn mikli söngur þúsundraddanna af einu orði
this word was Om; the perfection
þetta orð var Om; fullkomnunina

"Do you hear" Vasudeva's gaze asked again
"Heyrirðu" spurði augnaráð Vasudeva aftur
Brightly, Vasudeva's smile was shining
Björt, bros Vasudeva ljómaði
it was floating radiantly over all the wrinkles of his old face
það svíf geislandi yfir allar hrukkurnar í gamla andlitinu hans
the same way the Om was floating in the air over all the voices of the river
á sama hátt og Óm svífur í loftinu yfir allar raddir árinnar
Brightly his smile was shining, when he looked at his friend
Bros hans ljómaði skært, þegar hann horfði á vin sinn
and brightly the same smile was now starting to shine on Siddhartha's face
og sama brosið var nú farið að skína á andlit Siddhartha
His wound had blossomed and his suffering was shining
Sár hans hafði blómstrað og þjáningar hans ljómuðu
his self had flown into the oneness

sjálf hans hafði flogið inn í eininguna
In this hour, Siddhartha stopped fighting his fate
Á þessum tíma hætti Siddhartha að berjast við örlög sín
at the same time he stopped suffering
á sama tíma hætti hann að þjást
On his face flourished the cheerfulness of a knowledge
Á andliti hans blómstraði glaðværð þekkingar
a knowledge which was no longer opposed by any will
vitneskju sem ekki var lengur andmælt af neinum vilja
a knowledge which knows perfection
þekking sem þekkir fullkomnun
a knowledge which is in agreement with the flow of events
þekking sem er í samræmi við atburðaflæði
a knowledge which is with the current of life
þekking sem er með straumi lífsins
full of sympathy for the pain of others
fullur samúðar með sársauka annarra
full of sympathy for the pleasure of others
fullur samúðar með ánægju annarra
devoted to the flow, belonging to the oneness
helgað flæðinu, tilheyrir einingunni
Vasudeva rose from the seat by the bank
Vasudeva reis úr sætinu við bankann
he looked into Siddhartha's eyes
hann horfði í augu Siddhartha
and he saw the cheerfulness of the knowledge shining in his eyes
og hann sá glaðværð þekkingarinnar skína í augum hans
he softly touched his shoulder with his hand
hann snerti öxlina mjúklega með hendinni
"I've been waiting for this hour, my dear"
"Ég hef beðið eftir þessum tíma, elskan mín"
"Now that it has come, let me leave"
„Nú þegar það er komið, leyfðu mér að fara"
"For a long time, I've been waiting for this hour"
„Í langan tíma hef ég beðið eftir þessum tíma"

"for a long time, I've been Vasudeva the ferryman"
„í langan tíma hef ég verið Vasudeva ferjumaðurinn"
"Now it's enough. Farewell"
"Nú er komið nóg. Bless"
"farewell river, farewell Siddhartha!"
"kveðja áin, kveðja Siddhartha!"
Siddhartha made a deep bow before him who bid his farewell
Siddhartha hneigði sig djúpt fyrir honum sem kvaddi hann
"I've known it," he said quietly
„Ég hef vitað það," sagði hann lágt
"You'll go into the forests?"
"Ætlarðu að fara inn í skóga?"
"I'm going into the forests"
„Ég er að fara inn í skóga"
"I'm going into the oneness" spoke Vasudeva with a bright smile
"Ég er að fara inn í eininguna," sagði Vasudeva með björtu brosi
With a bright smile, he left
Með björtu brosi fór hann
Siddhartha watched him leaving
Siddhartha horfði á hann fara
With deep joy, with deep solemnity he watched him leave
Með djúpri gleði, með djúpri hátíðleika horfði hann á hann fara
he saw his steps were full of peace
hann sá skref sín voru full af friði
he saw his head was full of lustre
hann sá höfuð hans var fullt af ljóma
he saw his body was full of light
hann sá að líkami hans var fullur af ljósi

Govinda

Govinda had been with the monks for a long time
Govinda hafði verið með munkunum lengi
when not on pilgrimages, he spent his time in the pleasure-garden
þegar hann var ekki í pílagrímsferð eyddi hann tíma sínum í skemmtigarðinum
the garden which the courtesan Kamala had given the followers of Gotama
garðinn sem kurteisin Kamala hafði gefið fylgjendum Gotama
he heard talk of an old ferryman, who lived a day's journey away
heyrði hann talað um gamlan ferjumann, sem bjó dagsferð í burtu
he heard many regarded him as a wise man
hann heyrði að margir litu á hann sem vitur mann
When Govinda went back, he chose the path to the ferry
Þegar Govinda fór til baka valdi hann leiðina að ferjunni
he was eager to see the ferryman
hann var fús til að sjá ferjumanninn
he had lived his entire life by the rules
hann hafði lifað allt sitt líf eftir reglunum
he was looked upon with veneration by the younger monks
hann var litið á hann með virðingu af yngri munkunum
they respected his age and modesty
þeir virtu aldur hans og hógværð
but his restlessness had not perished from his heart
en eirðarleysi hans hafði ekki farið úr hjarta hans
he was searching for what he had not found
hann var að leita að því sem hann hafði ekki fundið
He came to the river and asked the old man to ferry him over
Hann kom að ánni og bað gamla manninn að ferja sig yfir
when they got off the boat on the other side, he spoke with the old man
þegar þeir stigu af bátnum hinum megin, talaði hann við gamla manninn

"You're very good to us monks and pilgrims"
„Þú ert mjög góður við okkur munka og pílagríma"
"you have ferried many of us across the river"
"þú hefur ferjað mörg okkar yfir ána"
"Aren't you too, ferryman, a searcher for the right path?"
"Ert þú ekki líka, ferjumaður, leitarmaður að réttu leiðinni?"
smiling from his old eyes, Siddhartha spoke
brosandi úr gömlu augunum, sagði Siddhartha
"oh venerable one, do you call yourself a searcher?"
"Ó, virðulegi maður, kallarðu þig leitarmann?"
"are you still a searcher, although already well in years?"
"ertu enn leitarmaður, þó að þú hafir náð góðum árangri?"
"do you search while wearing the robe of Gotama's monks?"
"leitar þú á meðan þú ert með skikkju munka Gotama?"
"It's true, I'm old," spoke Govinda
"Það er satt, ég er gamall," sagði Govinda
"but I haven't stopped searching"
"en ég er ekki hætt að leita"
"I will never stop searching"
„Ég mun aldrei hætta að leita"
"this seems to be my destiny"
"þetta virðast vera örlög mín"
"You too, so it seems to me, have been searching"
„Þú hefur líka, svo mér sýnist, verið að leita"
"Would you like to tell me something, oh honourable one?"
"Viltu segja mér eitthvað, ó virðulegi maður?"
"What might I have that I could tell you, oh venerable one?"
"Hvað gæti ég haft sem ég gæti sagt þér, ó virðulegi maður?"
"Perhaps I could tell you that you're searching far too much?"
„Ég gæti kannski sagt þér að þú sért að leita allt of mikið?
"Could I tell you that you don't make time for finding?"
„Mætti ég segja þér að þú gefur þér ekki tíma til að finna?
"How come?" asked Govinda
"Hvernig stendur á því?" spurði Govinda

"When someone is searching they might only see what they search for"
"Þegar einhver er að leita gæti hann aðeins séð það sem hann leitar að"
"he might not be able to let anything else enter his mind"
„hann gæti ekki látið neitt annað inn í huga sér"
"he doesn't see what he is not searching for"
„hann sér ekki það sem hann er ekki að leita að"
"because he always thinks of nothing but the object of his search"
"vegna þess að hann hugsar alltaf um ekkert nema markmiðið sem hann leitar að"
"he has a goal, which he is obsessed with"
„hann á sér markmið sem hann er heltekinn af"
"Searching means having a goal"
„Að leita þýðir að hafa markmið"
"But finding means being free, open, and having no goal"
„En að finna þýðir að vera frjáls, opinn og hafa ekkert markmið"
"You, oh venerable one, are perhaps indeed a searcher"
„Þú, virðulegi maður, ert ef til vill svo sannarlega leitarmaður"
"because, when striving for your goal, there are many things you don't see"
"vegna þess að þegar þú leitast að markmiði þínu, þá er margt sem þú sérð ekki"
"you might not see things which are directly in front of your eyes"
"þú sérð kannski ekki hluti sem eru beint fyrir augum þínum"
"I don't quite understand yet," said Govinda, "what do you mean by this?"
"Ég skil ekki alveg ennþá," sagði Govinda, "hvað áttu við með þessu?"
"oh venerable one, you've been at this river before, a long time ago"

"Ó, virðulegi maður, þú hefur verið við þessa á áður, fyrir löngu síðan"
"and you have found a sleeping man by the river"
"og þú hefur fundið sofandi mann við ána"
"you have sat down with him to guard his sleep"
"þú hefur sest niður með honum til að gæta svefns hans"
"but, oh Govinda, you did not recognise the sleeping man"
"en, ó Govinda, þú þekktir ekki sofandi manninn"
Govinda was astonished, as if he had been the object of a magic spell
Govinda var undrandi, eins og hann hefði orðið fyrir töfraálögum
the monk looked into the ferryman's eyes
munkurinn horfði í augu ferjumannsins
"Are you Siddhartha?" he asked with a timid voice
"Ert þú Siddhartha?" spurði hann með hógværri röddu
"I wouldn't have recognised you this time either!"
"Ég hefði heldur ekki þekkt þig í þetta skiptið!"
"from my heart, I'm greeting you, Siddhartha"
"af hjarta mínu, ég kveð þig, Siddhartha"
"from my heart, I'm happy to see you once again!"
"frá hjarta mínu, ég er ánægður að sjá þig aftur!"
"You've changed a lot, my friend"
"Þú hefur breyst mikið, vinur minn"
"and you've now become a ferryman?"
"og ertu nú orðinn ferjumaður?"
In a friendly manner, Siddhartha laughed
Á vinsamlegan hátt hló Siddhartha
"yes, I am a ferryman"
"já, ég er ferjumaður"
"Many people, Govinda, have to change a lot"
„Margir, Govinda, þurfa að breyta miklu"
"they have to wear many robes"
"þeir verða að vera í mörgum skikkjum"
"I am one of those who had to change a lot"
„Ég er einn af þeim sem þurfti að breyta miklu"

"Be welcome, Govinda, and spend the night in my hut"
„Vertu velkomin, Govinda, og eyddu nóttinni í kofanum mínum"
Govinda stayed the night in the hut
Govinda gisti um nóttina í kofanum
he slept on the bed which used to be Vasudeva's bed
hann svaf á rúminu sem áður var rúm Vasudeva
he posed many questions to the friend of his youth
hann lagði margar spurningar fyrir æskuvin sinn
Siddhartha had to tell him many things from his life
Siddhartha þurfti að segja honum margt úr lífi sínu

then the next morning came
svo kom morguninn eftir
the time had come to start the day's journey
tíminn var kominn til að hefja ferð dagsins
without hesitation, Govinda asked one more question
án þess að hika spurði Govinda eina spurningu í viðbót
"Before I continue on my path, Siddhartha, permit me to ask one more question"
„Áður en ég held áfram á vegi mínum, Siddhartha, leyfðu mér að spyrja einnar spurningar í viðbót"
"Do you have a teaching that guides you?"
"Ertu með kennslu sem leiðbeinir þér?"
"Do you have a faith or a knowledge you follow"
"Ertu með trú eða þekkingu sem þú fylgir"
"is there a knowledge which helps you to live and do right?"
"er til þekking sem hjálpar þér að lifa og gera rétt?"
"You know well, my dear, I have always been distrustful of teachers"
"Þú veist vel, elskan mín, ég hef alltaf verið vantraust á kennurum"
"as a young man I already started to doubt teachers"
"sem ungur maður fór ég þegar að efast um kennara"
"when we lived with the penitents in the forest, I distrusted their teachings"

"þegar við bjuggum með iðrunarmönnum í skóginum, vantreysti ég kenningum þeirra"
"and I turned my back to them"
"og ég sneri baki að þeim"
"I have remained distrustful of teachers"
„Ég hef verið vantraust á kennurum"
"Nevertheless, I have had many teachers since then"
„Engu að síður hef ég haft marga kennara síðan þá"
"A beautiful courtesan has been my teacher for a long time"
„Falleg kurteisi hefur verið kennarinn minn í langan tíma"
"a rich merchant was my teacher"
"ríkur kaupmaður var kennarinn minn"
"and some gamblers with dice taught me"
"og sumir spilamenn með teningum kenndu mér"
"Once, even a follower of Buddha has been my teacher"
„Einu sinni hefur jafnvel fylgismaður Búdda verið kennari minn"
"he was travelling on foot, pilgering"
„hann var að ferðast fótgangandi, pílaferð"
"and he sat with me when I had fallen asleep in the forest"
"og hann sat hjá mér þegar ég hafði sofnað í skóginum"
"I've also learned from him, for which I'm very grateful"
„Ég hef líka lært af honum, sem ég er mjög þakklátur fyrir"
"But most of all, I have learned from this river"
„En mest af öllu hef ég lært af þessu ánni"
"and I have learned most from my predecessor, the ferryman Vasudeva"
"og ég hef lært mest af forvera mínum, ferjumanninum Vasudeva"
"He was a very simple person, Vasudeva, he was no thinker"
„Hann var mjög einföld manneskja, Vasudeva, hann var enginn hugsandi"
"but he knew what is necessary just as well as Gotama"
"en hann vissi hvað er nauðsynlegt jafn vel og Gotama"
"he was a perfect man, a saint"
„hann var fullkominn maður, dýrlingur"

"Siddhartha still loves to mock people, it seems to me"
„Siddhartha elskar enn að hæðast að fólki, sýnist mér"
"I believe in you and I know that you haven't followed a teacher"
„Ég trúi á þig og ég veit að þú hefur ekki fylgt kennara"
"But haven't you found something by yourself?"
"En hefurðu ekki fundið eitthvað sjálfur?"
"though you've found no teachings, you still found certain thoughts"
"þótt þú hafir ekki fundið neinar kenningar, fannstu samt ákveðnar hugsanir"
"certain insights, which are your own"
"ákveðin innsýn, sem er þín eigin"
"insights which help you to live"
"innsýn sem hjálpar þér að lifa"
"Haven't you found something like this?"
"Hefurðu ekki fundið eitthvað svona?"
"If you would like to tell me, you would delight my heart"
„Ef þú vilt segja mér það, myndirðu gleðja hjarta mitt"
"you are right, I have had thoughts and gained many insights"
"Það er rétt hjá þér, ég hef hugsað og öðlast marga innsýn"
"Sometimes I have felt knowledge in me for an hour"
„Stundum hef ég fundið fyrir þekkingu í mér í klukkutíma"
"at other times I have felt knowledge in me for an entire day"
„á öðrum tímum hef ég fundið fyrir þekkingu í mér í heilan dag"
"the same knowledge one feels when one feels life in one's heart"
"sama þekking og maður finnur þegar maður finnur fyrir lífi í hjarta sínu"
"There have been many thoughts"
„Það hafa verið margar hugsanir"
"but it would be hard for me to convey these thoughts to you"

"en það væri erfitt fyrir mig að koma þessum hugsunum á framfæri við þig"
"my dear Govinda, this is one of my thoughts which I have found"
"Elsku Govinda mín, þetta er ein af hugsunum mínum sem ég hef fundið"
"wisdom cannot be passed on"
"vita er ekki hægt að miðla áfram"
"Wisdom which a wise man tries to pass on always sounds like foolishness"
"Viskan sem vitur maður reynir að miðla áfram hljómar alltaf eins og heimska"
"Are you kidding?" asked Govinda
"Ertu að grínast?" spurði Govinda
"I'm not kidding, I'm telling you what I have found"
„Ég er ekki að grínast, ég er að segja þér hvað ég hef fundið"
"Knowledge can be conveyed, but wisdom can't"
„Þekking er hægt að miðla, en viska ekki"
"wisdom can be found, it can be lived"
"speki er að finna, það er hægt að lifa"
"it is possible to be carried by wisdom"
"það er hægt að vera borinn af visku"
"miracles can be performed with wisdom"
"kraftaverk er hægt að framkvæma með visku"
"but wisdom cannot be expressed in words or taught"
"en visku er ekki hægt að tjá með orðum eða kenna"
"This was what I sometimes suspected, even as a young man"
„Þetta var það sem mig grunaði stundum, jafnvel sem ungur maður"
"this is what has driven me away from the teachers"
„Þetta er það sem hefur hrakið mig frá kennurunum"
"I have found a thought which you'll regard as foolishness"
„Ég hef fundið hugsun sem þú munt líta á sem heimsku"
"but this thought has been my best"
"en þessi hugsun hefur verið mín besta"

"The opposite of every truth is just as true!"
"Andstæðan við hvern sannleika er jafn sönn!"
"any truth can only be expressed when it is one-sided"
"allur sannleikur er aðeins hægt að tjá þegar hann er einhliða"
"only one sided things can be put into words"
"aðeins einhliða hluti er hægt að setja í orð"
"Everything which can be thought is one-sided"
„Allt sem hugsast getur er einhliða"
"it's all one-sided, so it's just one half"
"það er allt einhliða, þannig að það er bara einn helmingur"
"it all lacks completeness, roundness, and oneness"
"það vantar allt heilleika, ávöl og einingu"
"the exalted Gotama spoke in his teachings of the world"
„hinn upphafni Gotama talaði í kenningum sínum um heiminn"
"but he had to divide the world into Sansara and Nirvana"
„en hann varð að skipta heiminum í Sansara og Nirvana"
"he had divided the world into deception and truth"
"hann hafði skipt heiminum í blekkingar og sannleika"
"he had divided the world into suffering and salvation"
„hann hafði skipt heiminum í þjáningu og hjálpræði"
"the world cannot be explained any other way"
"heimurinn er ekki hægt að útskýra á annan hátt"
"there is no other way to explain it, for those who want to teach"
"það er engin önnur leið til að útskýra það, fyrir þá sem vilja kenna"
"But the world itself is never one-sided"
„En heimurinn sjálfur er aldrei einhliða"
"the world exists around us and inside of us"
"heimurinn er til í kringum okkur og innra með okkur"
"A person or an act is never entirely Sansara or entirely Nirvana"
„Manneskja eða athöfn er aldrei algjörlega Sansara eða algjörlega Nirvana"
"a person is never entirely holy or entirely sinful"

„manneskja er aldrei algjörlega heilög eða algjörlega syndug"
"It seems like the world can be divided into these opposites"
„Það virðist sem hægt sé að skipta heiminum í þessar andstæður"
"but that's because we are subject to deception"
"en það er vegna þess að við erum háð blekkingum"
"it's as if the deception was something real"
„það er eins og blekkingin hafi verið eitthvað raunverulegt"
"Time is not real, Govinda"
„Tíminn er ekki raunverulegur, Govinda"
"I have experienced this often and often again"
„Ég hef upplifað þetta oft og oft aftur"
"when time is not real, the gap between the world and the eternity is also a deception"
„Þegar tíminn er ekki raunverulegur er bilið á milli heimsins og eilífðarinnar líka blekking"
"the gap between suffering and blissfulness is not real"
„Bilið á milli þjáningar og sælu er ekki raunverulegt"
"there is no gap between evil and good"
"Það er ekkert bil á milli ills og góðs"
"all of these gaps are deceptions"
„allar þessar eyður eru blekkingar"
"but these gaps appear to us nonetheless"
„en þessar eyður birtast okkur engu að síður"
"How come?" asked Govinda timidly
"Hvernig stendur á því?" spurði Govinda óttalega
"Listen well, my dear," answered Siddhartha
"Heyrðu vel, elskan mín," svaraði Siddhartha
"The sinner, which I am and which you are, is a sinner"
"Syndarinn, sem ég er og þú ert, er syndari"
"but in times to come the sinner will be Brahma again"
"en á komandi tímum mun syndarinn verða Brahma aftur"
"he will reach the Nirvana and be Buddha"
"hann mun ná til Nirvana og vera Búdda"
"the times to come are a deception"
„komandi tímar eru blekking"

"the times to come are only a parable!"
"komandi tímar eru aðeins dæmisögu!"
"The sinner is not on his way to become a Buddha"
„Syndarinn er ekki á leiðinni að verða Búdda"
"he is not in the process of developing"
„hann er ekki í þróunarferli"
"our capacity for thinking does not know how else to picture these things"
„hugsunargeta okkar veit ekki hvernig á að sjá þessa hluti fyrir sér"
"No, within the sinner there already is the future Buddha"
"Nei, innan syndarans er nú þegar framtíðar Búdda"
"his future is already all there"
„Framtíð hans er þegar öll til staðar"
"you have to worship the Buddha in the sinner"
"þú verður að tilbiðja Búdda í syndaranum"
"you have to worship the Buddha hidden in everyone"
"þú verður að tilbiðja Búdda sem er falinn í öllum"
"the hidden Buddha which is coming into being the possible"
"falinn Búdda sem er að verða til hinn mögulegi"
"The world, my friend Govinda, is not imperfect"
„Heimurinn, Govinda vinur, er ekki ófullkominn"
"the world is on no slow path towards perfection"
„heimurinn er á engri hægfara leið í átt að fullkomnun"
"no, the world is perfect in every moment"
"nei, heimurinn er fullkominn á hverju augnabliki"
"all sin already carries the divine forgiveness in itself"
"öll synd ber nú þegar guðlega fyrirgefningu í sjálfu sér"
"all small children already have the old person in themselves"
"öll lítil börn eru nú þegar með gamla manneskjuna í sér"
"all infants already have death in them"
„öll ungbörn hafa þegar dauða í sér"
"all dying people have the eternal life"
„allt deyjandi fólk hefur eilíft líf"

"we can't see how far another one has already progressed on his path"
„við getum ekki séð hversu langt annar hefur þegar náð á vegi hans"
"in the robber and dice-gambler, the Buddha is waiting"
„í ræningjanum og teningaspilaranum bíður Búdda"
"in the Brahman, the robber is waiting"
„í Brahman bíður ræninginn"
"in deep meditation, there is the possibility to put time out of existence"
„í djúpri hugleiðslu er möguleiki á að setja tímann úr tilverunni"
"there is the possibility to see all life simultaneously"
"það er möguleiki að sjá allt líf samtímis"
"it is possible to see all life which was, is, and will be"
"það er hægt að sjá allt líf sem var, er og verður"
"and there everything is good, perfect, and Brahman"
"og þar er allt gott, fullkomið og Brahman"
"Therefore, I see whatever exists as good"
„Þess vegna sé ég allt sem er til gott"
"death is to me like life"
"dauðinn er mér eins og lífið"
"to me sin is like holiness"
"fyrir mér er synd eins og heilagleiki"
"wisdom can be like foolishness"
"speki getur verið eins og heimska"
"everything has to be as it is"
„allt verður að vera eins og það er"
"everything only requires my consent and willingness"
"allt þarf bara samþykki mitt og vilja"
"all that my view requires is my loving agreement to be good for me"
„allt sem skoðun mín krefst er ástríkt samkomulag mitt um að vera gott fyrir mig"
"my view has to do nothing but work for my benefit"

„Mín skoðun þarf ekki að gera neitt annað en að vinna í þágu mína"
"and then my perception is unable to ever harm me"
"og þá getur skynjun mín aldrei skaðað mig"
"I have experienced that I needed sin very much"
"Ég hef upplifað að ég þarfnast syndar mjög mikið"
"I have experienced this in my body and in my soul"
„Ég hef upplifað þetta á líkama mínum og sál"
"I needed lust, the desire for possessions, and vanity"
„Ég þurfti losta, þrá eftir eignum og hégóma"
"and I needed the most shameful despair"
"og ég þurfti á skammarlegustu örvæntingu að halda"
"in order to learn how to give up all resistance"
"til að læra hvernig á að gefa upp alla mótstöðu"
"in order to learn how to love the world"
"til að læra hvernig á að elska heiminn"
"in order to stop comparing things to some world I wished for"
„til að hætta að bera hluti saman við einhvern heim sem ég óskaði mér í"
"I imagined some kind of perfection I had made up"
„Ég ímyndaði mér einhvers konar fullkomnun sem ég hafði búið til"
"but I have learned to leave the world as it is"
"en ég hef lært að yfirgefa heiminn eins og hann er"
"I have learned to love the world as it is"
„Ég hef lært að elska heiminn eins og hann er"
"and I learned to enjoy being a part of it"
"og ég lærði að njóta þess að vera hluti af því"
"These, oh Govinda, are some of the thoughts which have come into my mind"
„Þetta, ó Govinda, eru nokkrar af þeim hugsunum sem hafa komið upp í huga minn"

Siddhartha bent down and picked up a stone from the ground
Siddhartha beygði sig niður og tók upp stein af jörðinni

he weighed the stone in his hand
hann vó steininn í hendi sér
"This here," he said playing with the rock, "is a stone"
„Þetta hérna," sagði hann að leika sér að klettinum, „er steinn"
"this stone will, after a certain time, perhaps turn into soil"
"þessi steinn mun, eftir ákveðinn tíma, kannski breytast í mold"
"it will turn from soil into a plant or animal or human being"
„það mun breytast úr jarðvegi í plöntu eða dýr eða manneskju"
"In the past, I would have said this stone is just a stone"
„Áður fyrr hefði ég sagt að þessi steinn væri bara steinn"
"I might have said it is worthless"
„Ég hefði kannski sagt að það væri einskis virði"
"I would have told you this stone belongs to the world of the Maya"
„Ég hefði sagt þér að þessi steinn tilheyrir heimi Maya"
"but I wouldn't have seen that it has importance"
"en ég hefði ekki séð að það skipti máli"
"it might be able to become a spirit in the cycle of transformations"
„það gæti hugsanlega orðið andi í hringrás umbreytinga"
"therefore I also grant it importance"
„þess vegna gef ég því líka mikilvægi"
"Thus, I would perhaps have thought in the past"
„Þannig hefði ég kannski hugsað í fortíðinni"
"But today I think differently about the stone"
„En í dag hugsa ég öðruvísi um steininn"
"this stone is a stone, and it is also animal, god, and Buddha"
"þessi steinn er steinn og hann er líka dýr, guð og Búdda"
"I do not venerate and love it because it could turn into this or that"
„Ég dýrka það ekki og elska það því það gæti breyst í þetta eða hitt"
"I love it because it is those things"
„Ég elska það vegna þess að það eru þessir hlutir"

"this stone is already everything"
"þessi steinn er nú þegar allt"
"it appears to me now and today as a stone"
"það birtist mér nú og í dag sem steinn"
"that is why I love this"
"þess vegna elska ég þetta"
"that is why I see worth and purpose in each of its veins and cavities"
"þess vegna sé ég gildi og tilgang í hverri æðum þess og holum"
"I see value in its yellow, gray, and hardness"
„Ég sé gildi í gulu, gráu og hörku"
"I appreciated the sound it makes when I knock at it"
„Ég kunni að meta hljóðið sem það gefur frá sér þegar ég banka á það"
"I love the dryness or wetness of its surface"
„Ég elska þurran eða blautan yfirborðið"
"There are stones which feel like oil or soap"
„Það eru steinar sem líður eins og olíu eða sápu"
"and other stones feel like leaves or sand"
"og aðrir steinar líða eins og lauf eða sandur"
"and every stone is special and prays the Om in its own way"
"og sérhver steinn er sérstakur og biður um á sinn hátt"
"each stone is Brahman"
"hver steinn er Brahman"
"but simultaneously, and just as much, it is a stone"
"en á sama tíma og jafn mikið er það steinn"
"it is a stone regardless of whether it's oily or juicy"
„það er steinn, sama hvort hann er feitur eða safaríkur"
"and this why I like and regard this stone"
"og þetta er ástæðan fyrir því að mér líkar og lít á þennan stein"
"it is wonderful and worthy of worship"
„það er dásamlegt og verðugt tilbeiðslu"
"But let me speak no more of this"
„En ég skal ekki tala meira um þetta"

"words are not good for transmitting the secret meaning"
"orð eru ekki góð til að miðla leynilegri merkingu"
"everything always becomes a bit different, as soon as it is put into words"
"allt verður alltaf svolítið öðruvísi, um leið og það er komið í orð"
"everything gets distorted a little by words"
"allt brenglast aðeins af orðum"
"and then the explanation becomes a bit silly"
"og þá verður útskýringin hálf kjánaleg"
"yes, and this is also very good, and I like it a lot"
"já, og þetta er líka mjög gott, og mér líkar það mjög vel"
"I also very much agree with this"
„Ég er líka mjög sammála þessu"
"one man's treasure and wisdom always sounds like foolishness to another person"
"Fjársjóður eins manns og viska hljómar alltaf eins og heimska fyrir aðra"
Govinda listened silently to what Siddhartha was saying
Govinda hlustaði þegjandi á það sem Siddhartha var að segja
there was a pause and Govinda hesitantly asked a question
það varð hlé og Govinda spurði hikandi spurningar
"Why have you told me this about the stone?"
"Af hverju hefurðu sagt mér þetta um steininn?"
"I did it without any specific intention"
„Ég gerði það án sérstaks ásetnings"
"perhaps what I meant was, that I love this stone and the river"
"kannski það sem ég meinti var að ég elska þennan stein og ána"
"and I love all these things we are looking at"
"og ég elska alla þessa hluti sem við erum að horfa á"
"and we can learn from all these things"
"og við getum lært af öllum þessum hlutum"
"I can love a stone, Govinda"
„Ég get elskað stein, Govinda"

"and I can also love a tree or a piece of bark"
„og ég get líka elskað tré eða börk"
"These are things, and things can be loved"
„Þetta eru hlutir og hægt er að elska hluti"
"but I cannot love words"
"en ég get ekki elskað orð"
"therefore, teachings are no good for me"
"þess vegna eru kenningar ekki góðar fyrir mig"
"teachings have no hardness, softness, colours, edges, smell, or taste"
"kennsla hefur enga hörku, mýkt, liti, brúnir, lykt eða bragð"
"teachings have nothing but words"
"kennsla hefur ekkert nema orð"
"perhaps it is words which keep you from finding peace"
"kannski eru það orð sem hindra þig í að finna frið"
"because salvation and virtue are mere words"
„því hjálpræði og dyggð eru orð"
"Sansara and Nirvana are also just mere words, Govinda"
„Sansara og Nirvana eru líka bara orð, Govinda"
"there is no thing which would be Nirvana"
„Það er ekkert sem væri Nirvana"
"therefore Nirvana is just the word"
" Þess vegna er Nirvana bara orðið"
Govinda objected, "Nirvana is not just a word, my friend"
Govinda mótmælti: „Nirvana er ekki bara orð, vinur minn"
"Nirvana is a word, but also it is a thought"
"Nirvana er orð, en það er líka hugsun"
Siddhartha continued, "it might be a thought"
Siddhartha hélt áfram, „það gæti verið hugsun"
"I must confess, I don't differentiate much between thoughts and words"
„Ég verð að játa, ég geri ekki mikinn mun á hugsunum og orðum"
"to be honest, I also have no high opinion of thoughts"
"ef satt að segja hef ég heldur ekkert mikið álit á hugsunum"
"I have a better opinion of things than thoughts"

„Ég hef betri skoðun á hlutum en hugsanir"
"Here on this ferry-boat, for instance, a man has been my predecessor"
"Hér á þessum ferju, til dæmis, hefur maður verið forveri minn"
"he was also one of my teachers"
„hann var líka einn af kennurum mínum"
"a holy man, who has for many years simply believed in the river"
"Heilagur maður, sem hefur í mörg ár einfaldlega trúað á ána"
"and he believed in nothing else"
"og hann trúði ekki á neitt annað"
"He had noticed that the river spoke to him"
„Hann hafði tekið eftir því að áin talaði við hann"
"he learned from the river"
"hann lærði af ánni"
"the river educated and taught him"
„áin fræddi hann og kenndi"
"the river seemed to be a god to him"
„áin virtist vera honum guð"
"for many years he did not know that everything was as divine as the river"
„í mörg ár vissi hann ekki að allt var eins guðdómlegt og áin"
"the wind, every cloud, every bird, every beetle"
"vindurinn, hvert ský, hver fugl, hver bjalla"
"they can teach just as much as the river"
„þeir geta kennt alveg eins mikið og áin"
"But when this holy man went into the forests, he knew everything"
"En þegar þessi heilagi maður fór inn í skóga, vissi hann allt."
"he knew more than you and me, without teachers or books"
"hann vissi meira en þú og ég, án kennara eða bóka"
"he knew more than us only because he had believed in the river"
„hann vissi meira en við aðeins vegna þess að hann hafði trúað á ána"

"and I can also love a tree or a piece of bark"
„og ég get líka elskað tré eða börk"
"These are things, and things can be loved"
„Þetta eru hlutir og hægt er að elska hluti"
"but I cannot love words"
"en ég get ekki elskað orð"
"therefore, teachings are no good for me"
"þess vegna eru kenningar ekki góðar fyrir mig"
"teachings have no hardness, softness, colours, edges, smell, or taste"
"kennsla hefur enga hörku, mýkt, liti, brúnir, lykt eða bragð"
"teachings have nothing but words"
"kennsla hefur ekkert nema orð"
"perhaps it is words which keep you from finding peace"
"kannski eru það orð sem hindra þig í að finna frið"
"because salvation and virtue are mere words"
„því hjálpræði og dyggð eru orð"
"Sansara and Nirvana are also just mere words, Govinda"
„Sansara og Nirvana eru líka bara orð, Govinda"
"there is no thing which would be Nirvana"
„Það er ekkert sem væri Nirvana"
"therefore Nirvana is just the word"
" Þess vegna er Nirvana bara orðið"
Govinda objected, "Nirvana is not just a word, my friend"
Govinda mótmælti: „Nirvana er ekki bara orð, vinur minn"
"Nirvana is a word, but also it is a thought"
"Nirvana er orð, en það er líka hugsun"
Siddhartha continued, "it might be a thought"
Siddhartha hélt áfram, „það gæti verið hugsun"
"I must confess, I don't differentiate much between thoughts and words"
„Ég verð að játa, ég geri ekki mikinn mun á hugsunum og orðum"
"to be honest, I also have no high opinion of thoughts"
"ef satt að segja hef ég heldur ekkert mikið álit á hugsunum"
"I have a better opinion of things than thoughts"

„Ég hef betri skoðun á hlutum en hugsanir"
"Here on this ferry-boat, for instance, a man has been my predecessor"
"Hér á þessum ferju, til dæmis, hefur maður verið forveri minn"
"he was also one of my teachers"
„hann var líka einn af kennurum mínum"
"a holy man, who has for many years simply believed in the river"
"Heilagur maður, sem hefur í mörg ár einfaldlega trúað á ána"
"and he believed in nothing else"
"og hann trúði ekki á neitt annað"
"He had noticed that the river spoke to him"
„Hann hafði tekið eftir því að áin talaði við hann"
"he learned from the river"
"hann lærði af ánni"
"the river educated and taught him"
„áin fræddi hann og kenndi"
"the river seemed to be a god to him"
„áin virtist vera honum guð"
"for many years he did not know that everything was as divine as the river"
„í mörg ár vissi hann ekki að allt var eins guðdómlegt og áin"
"the wind, every cloud, every bird, every beetle"
"vindurinn, hvert ský, hver fugl, hver bjalla"
"they can teach just as much as the river"
„þeir geta kennt alveg eins mikið og áin"
"But when this holy man went into the forests, he knew everything"
"En þegar þessi heilagi maður fór inn í skóga, vissi hann allt."
"he knew more than you and me, without teachers or books"
"hann vissi meira en þú og ég, án kennara eða bóka"
"he knew more than us only because he had believed in the river"
„hann vissi meira en við aðeins vegna þess að hann hafði trúað á ána"

Govinda still had doubts and questions
Govinda hafði enn efasemdir og spurningar
"But is that what you call things actually something real?"
"En er það það sem þú kallar hlutina í raun og veru eitthvað raunverulegt?"
"do these things have existence?"
"eiga þessir hlutir til?"
"Isn't it just a deception of the Maya"
„Er þetta ekki bara blekking Maya"
"aren't all these things an image and illusion?"
"eru ekki allt þetta ímynd og blekking?"
"Your stone, your tree, your river"
"Steinn þinn, tréð þitt, áin þín"
"are they actually a reality?"
"eru þær í raun og veru?"
"This too," spoke Siddhartha, "I do not care very much about"
„Þetta líka," sagði Siddhartha, „mér er alveg sama um"
"Let the things be illusions or not"
"Láttu hlutina vera blekkingar eða ekki"
"after all, I would then also be an illusion"
"enda væri ég þá líka blekking"
"and if these things are illusions then they are like me"
"og ef þessir hlutir eru blekkingar þá eru þeir eins og ég"
"This is what makes them so dear and worthy of veneration for me"
„Þetta er það sem gerir þá svo kæra og verðuga virðingu fyrir mig"
"these things are like me and that is how I can love them"
"þessir hlutir eru eins og ég og þannig get ég elskað þá"
"this is a teaching you will laugh about"
"þetta er kennsla sem þú munt hlæja að"
"love, oh Govinda, seems to me to be the most important thing of all"
„ástin, ó Govinda, finnst mér mikilvægast af öllu"

"to thoroughly understand the world may be what great thinkers do"
„að skilja heiminn til hlítar getur verið það sem miklir hugsuðir gera"
"they explain the world and despise it"
"þeir útskýra heiminn og fyrirlíta hann"
"But I'm only interested in being able to love the world"
„En ég hef bara áhuga á að geta elskað heiminn"
"I am not interested in despising the world"
„Ég hef ekki áhuga á að fyrirlíta heiminn"
"I don't want to hate the world"
„Ég vil ekki hata heiminn"
"and I don't want the world to hate me"
"og ég vil ekki að heimurinn hati mig"
"I want to be able to look upon the world and myself with love"
„Ég vil geta horft á heiminn og sjálfan mig með ást"
"I want to look upon all beings with admiration"
„Ég vil líta á allar verur með aðdáun"
"I want to have a great respect for everything"
„Ég vil bera mikla virðingu fyrir öllu"
"This I understand," spoke Govinda
„Þetta skil ég," sagði Govinda
"But this very thing was discovered by the exalted one to be a deception"
„En einmitt þetta uppgötvaði hinn upphafni að var blekking"
"He commands benevolence, clemency, sympathy, tolerance"
„Hann skipar velvild, mildi, samúð, umburðarlyndi"
"but he does not command love"
„en hann býður ekki ást"
"he forbade us to tie our heart in love to earthly things"
„hann bannaði okkur að binda hjarta okkar í ást við jarðneska hluti"
"I know it, Govinda," said Siddhartha, and his smile shone golden

„Ég veit það, Govinda," sagði Siddhartha og bros hans ljómaði gullið

"And behold, with this we are right in the thicket of opinions"
"Og sjá, með þessu erum við rétt í kjarri skoðana"

"now we are in the dispute about words"
„nú erum við í deilum um orð"

"For I cannot deny, my words of love are a contradiction"
„Því að ég get ekki neitað, kærleiksorð mín eru mótsögn"

"they seem to be in contradiction with Gotama's words"
„þeir virðast vera í mótsögn við orð Gotama"

"For this very reason, I distrust words so much"
„Af þessari ástæðu vantreysti ég orðum svo mikið"

"because I know this contradiction is a deception"
"vegna þess að ég veit að þessi mótsögn er blekking"

"I know that I am in agreement with Gotama"
„Ég veit að ég er sammála Gotama"

"How could he not know love when he has discovered all elements of human existence"
"Hvernig gat hann ekki þekkt ást þegar hann hefur uppgötvað alla þætti mannlegrar tilveru"

"he has discovered their transitoriness and their meaninglessness"
„hann hefur uppgötvað hverfulleika þeirra og tilgangsleysi þeirra"

"and yet he loved people very much"
"og samt elskaði hann fólk mjög mikið"

"he used a long, laborious life only to help and teach them!"
"hann notaði langa, erfiða ævi aðeins til að hjálpa og kenna þeim!"

"Even with your great teacher, I prefer things over the words"
„Jafnvel með frábæra kennaranum þínum, kýs ég hlutina fram yfir orðin"

"I place more importance on his acts and life than on his speeches"

„Ég legg meiri áherslu á gjörðir hans og líf en ræður hans"
"I value the gestures of his hand more than his opinions"
„Ég met handahreyfingar hans meira en skoðanir hans"
"for me there was nothing in his speech and thoughts"
"fyrir mig var ekkert í ræðu hans og hugsunum"
"I see his greatness only in his actions and in his life"
„Ég sé hátign hans aðeins í gjörðum hans og lífi hans"

For a long time, the two old men said nothing
Lengi vel sögðu gömlu mennirnir tveir ekkert
Then Govinda spoke, while bowing for a farewell
Þá tók Govinda til máls og hneigði sig til kveðju
"I thank you, Siddhartha, for telling me some of your thoughts"
„Ég þakka þér, Siddhartha, fyrir að segja mér eitthvað af hugsunum þínum"
"These thoughts are partially strange to me"
„Þessar hugsanir eru að hluta til undarlegar fyrir mig"
"not all of these thoughts have been instantly understandable to me"
„Ekki hafa allar þessar hugsanir verið mér skiljanlegar strax"
"This being as it may, I thank you"
„Þetta er eins og það er, ég þakka þér"
"and I wish you to have calm days"
"og ég óska þér að eiga rólega daga"
But secretly he thought something else to himself
En leynilega hugsaði hann eitthvað annað með sjálfum sér
"This Siddhartha is a bizarre person"
„Þessi Siddhartha er furðuleg manneskja"
"he expresses bizarre thoughts"
„hann lætur í ljós undarlegar hugsanir"
"his teachings sound foolish"
"kenningar hans hljóma heimskulegar"
"the exalted one's pure teachings sound very different"
„Hreinar kenningar hins upphafna manns hljóma allt öðruvísi"
"those teachings are clearer, purer, more comprehensible"

„þessar kenningar eru skýrari, hreinni, skiljanlegri"
"there is nothing strange, foolish, or silly in those teachings"
"það er ekkert skrítið, heimskulegt eða kjánalegt í þessum kenningum"
"But Siddhartha's hands seemed different from his thoughts"
"En hendur Siddhartha virtust öðruvísi en hugsanir hans"
"his feet, his eyes, his forehead, his breath"
"fætur hans, augu, enni, andardráttur"
"his smile, his greeting, his walk"
"brosið hans, kveðjan, göngutúrinn hans"
"I haven't met another man like him since Gotama became one with the Nirvana"
„Ég hef ekki hitt annan eins mann síðan Gotama varð eitt með Nirvana"
"since then I haven't felt the presence of a holy man"
„síðan hef ég ekki fundið fyrir nærveru heilags manns"
"I have only found Siddhartha, who is like this"
„Ég hef bara fundið Siddhartha, sem er svona"
"his teachings may be strange and his words may sound foolish"
„Kenningar hans kunna að vera undarlegar og orð hans geta hljómað heimskulega"
"but purity shines out of his gaze and hand"
"en hreinleiki skín úr augnaráði hans og hendi"
"his skin and his hair radiates purity"
„húð hans og hár hans geislar hreinleika"
"purity shines out of every part of him"
"Hreinleiki skín úr öllum hlutum hans"
"a calmness, cheerfulness, mildness and holiness shines from him"
„Kyrrð, glaðværð, hógværð og heilagleiki skín frá honum"
"something which I have seen in no other person"
"eitthvað sem ég hef ekki séð í annarri manneskju"
"I have not seen it since the final death of our exalted teacher"

„Ég hef ekki séð það síðan hins upphafna kennara okkar lést"
While Govinda thought like this, there was a conflict in his heart
Á meðan Govinda hugsaði svona voru átök í hjarta hans
he once again bowed to Siddhartha
hann hneigði sig enn og aftur fyrir Siddhartha
he felt he was drawn forward by love
honum fannst hann draga fram af ást
he bowed deeply to him who was calmly sitting
hann hneigði sig djúpt fyrir þeim sem sat rólegur
"Siddhartha," he spoke, "we have become old men"
„Siddhartha," sagði hann, „við erum orðnir gamlir menn"
"It is unlikely for one of us to see the other again in this incarnation"
„Það er ólíklegt fyrir annað okkar að sjá hitt aftur í þessari holdgun"
"I see, beloved, that you have found peace"
"Ég sé, elskaðir, að þú hefur fundið frið"
"I confess that I haven't found it"
„Ég játa að ég hef ekki fundið það"
"Tell me, oh honourable one, one more word"
„Segðu mér, ó virðulegi maður, eitt orð í viðbót"
"give me something on my way which I can grasp"
„Gefðu mér eitthvað á leiðinni sem ég get skilið"
"give me something which I can understand!"
"Gefðu mér eitthvað sem ég skil!"
"give me something I can take with me on my path"
„Gefðu mér eitthvað sem ég get tekið með mér á leiðinni"
"my path is often hard and dark, Siddhartha"
„Leið mín er oft hörð og dimm, Siddhartha"
Siddhartha said nothing and looked at him
Siddhartha sagði ekkert og horfði á hann
he looked at him with his ever unchanged, quiet smile
hann horfði á hann með alltaf óbreyttu, hljóðláta brosi sínu
Govinda stared at his face with fear
Govinda starði á andlit hans af ótta

there was yearning and suffering in his eyes
það var þrá og þjáning í augum hans
the eternal search was visible in his look
eilífa leitin var sýnileg í svip hans
you could see his eternal inability to find
þú gætir séð eilífa vanhæfni hans til að finna
Siddhartha saw it and smiled
Siddhartha sá það og brosti
"Bend down to me!" he whispered quietly in Govinda's ear
"Beygðu þig niður að mér!" hvíslaði hann hljóðlega í eyra Govindu
"Like this, and come even closer!"
"Svona, og komdu enn nær!"
"Kiss my forehead, Govinda!"
"Kysstu ennið á mér, Govinda!"
Govinda was astonished, but drawn on by great love and expectation
Govinda var undrandi, en dregist að af mikilli ást og eftirvæntingu
he obeyed his words and bent down closely to him
hann hlýddi orðum hans og beygði sig fast að honum
and he touched his forehead with his lips
og hann snerti ennið á sér með vörunum
when he did this, something miraculous happened to him
þegar hann gerði þetta gerðist eitthvað kraftaverk fyrir hann
his thoughts were still dwelling on Siddhartha's wondrous words
Hugsanir hans voru enn að dvelja við undursamleg orð Siddhartha
he was still reluctantly struggling to think away time
hann var enn treglega að berjast við að hugsa tímann
he was still trying to imagine Nirvana and Sansara as one
hann var enn að reyna að ímynda sér Nirvana og Sansara sem eitt
there was still a certain contempt for the words of his friend
enn var nokkur lítilsvirðing fyrir orðum vinar hans

those words were still fighting in him
þessi orð voru enn að berjast í honum
those words were still fighting against an immense love and veneration
þessi orð voru enn að berjast gegn gríðarlegri ást og dýrð
and during all these thoughts, something else happened to him
og við allar þessar hugsanir kom eitthvað annað fyrir hann
He no longer saw the face of his friend Siddhartha
Hann sá ekki lengur andlit vinar síns Siddhartha
instead of Siddhartha's face, he saw other faces
í stað andlits Siddhartha sá hann önnur andlit
he saw a long sequence of faces
hann sá langa röð andlita
he saw a flowing river of faces
hann sá flæðandi fljót af andlitum
hundreds and thousands of faces, which all came and disappeared
hundruð og þúsund andlit, sem öll komu og hurfu
and yet they all seemed to be there simultaneously
og þó virtust þeir allir vera þar samtímis
they constantly changed and renewed themselves
þeir breyttust stöðugt og endurnýjuðu sig
they were themselves and they were still all Siddhartha's face
þeir voru þeir sjálfir og þeir voru enn allir andlit Siddhartha
he saw the face of a fish with an infinitely painfully opened mouth
hann sá andlit fisks með óendanlega sársaukafullt opinn munn
the face of a dying fish, with fading eyes
andlit deyjandi fisks, með dofna augu
he saw the face of a new-born child, red and full of wrinkles
hann sá andlit nýfætts barns, rautt og fullt af hrukkum
it was distorted from crying
það var brenglað frá gráti

he saw the face of a murderer
hann sá andlit morðingja
he saw him plunging a knife into the body of another person
hann sá hann stinga hnífi í líkama annars manns
he saw, in the same moment, this criminal in bondage
sá hann á sama augnabliki þennan glæpamann í ánauð
he saw him kneeling before a crowd
hann sá hann krjúpa fyrir mannfjöldanum
and he saw his head being chopped off by the executioner
og sá hann höfuðið höggva af böðlinum
he saw the bodies of men and women
hann sá lík karla og kvenna
they were naked in positions and cramps of frenzied love
þeir voru naktir í stellingum og krampa af ofsafenginni ást
he saw corpses stretched out, motionless, cold, void
hann sá lík útréttuð, hreyfingarlaus, köld, tóm
he saw the heads of animals
hann sá höfuð dýra
heads of boars, of crocodiles, and of elephants
höfuð gölta, krókódíla og fíla
he saw the heads of bulls and of birds
hann sá höfuð nauta og fugla
he saw gods; Krishna and Agni
hann sá guði; Krishna og Agni
he saw all of these figures and faces in a thousand relationships with one another
hann sá allar þessar tölur og andlit í þúsund samskiptum sín á milli
each figure was helping the other
hver mynd var að hjálpa annarri
each figure was loving their relationship
hver mynd elskaði sambandið sitt
each figure was hating their relationship, destroying it
hver mynd hataði sambandið sitt, eyðilagði það
and each figure was giving re-birth to their relationship

og hver mynd var að endurfæða samband þeirra
each figure was a will to die
hver mynd var vilji til að deyja
they were passionately painful confessions of transitoriness
þær voru ástríðufullar sársaukafullar játningar um hverfulleika
and yet none of them died, each one only transformed
og þó dó enginn þeirra, hver og einn breyttist aðeins
they were always reborn and received more and more new faces
þau endurfæddust alltaf og fengu fleiri og fleiri ný andlit
no time passed between the one face and the other
enginn tími leið á milli annars andlitsins
all of these figures and faces rested
allar þessar myndir og andlit hvíldu
they flowed and generated themselves
þeir flæddu og mynduðu sjálfir
they floated along and merged with each other
þau svífu meðfram og runnu saman
and they were all constantly covered by something thin
og þeir voru allir stöðugt huldir af einhverju þunnu
they had no individuality of their own
þeir höfðu enga sérstöðu
but yet they were existing
en þó voru þeir til
they were like a thin glass or ice
þau voru eins og þunnt glas eða ís
they were like a transparent skin
þær voru eins og gegnsætt húð
they were like a shell or mould or mask of water
þau voru eins og skel eða mold eða vatnsgríma
and this mask was smiling
og þessi gríma brosti
and this mask was Siddhartha's smiling face
og þessi gríma var brosandi andlit Siddhartha
the mask which Govinda was touching with his lips

grímuna sem Govinda snerti með vörum sínum
And, Govinda saw it like this
Og Govinda sá þetta svona
the smile of the mask
bros grímunnar
the smile of oneness above the flowing forms
bros einingarinnar fyrir ofan flæðandi form
the smile of simultaneousness above the thousand births and deaths
bros samtímis yfir þúsund fæðingar og dauðsföll
the smile of Siddhartha's was precisely the same
brosið hjá Siddhartha var nákvæmlega það sama
Siddhartha's smile was the same as the quiet smile of Gotama, the Buddha
Bros Siddhartha var það sama og rólegt bros Gotama, Búdda
it was delicate and impenetrable smile
það var viðkvæmt og órjúfanlegt bros
perhaps it was benevolent and mocking, and wise
ef til vill var það góðlátlegt og spottandi og viturlegt
the thousand-fold smile of Gotama, the Buddha
þúsundfalda brosið frá Gotama, Búdda
as he had seen it himself with great respect a hundred times
eins og hann hafði séð það sjálfur með mikilli virðingu hundrað sinnum
Like this, Govinda knew, the perfected ones are smiling
Svona, vissi Govinda, brosa hinir fullkomnu
he did not know anymore whether time existed
hann vissi ekki lengur hvort tími væri til
he did not know whether the vision had lasted a second or a hundred years
hann vissi ekki hvort sýnin hafði staðið í sekúndu eða hundrað ár
he did not know whether a Siddhartha or a Gotama existed
hann vissi ekki hvort Siddhartha eða Gotama væri til
he did not know if a me or a you existed
hann vissi ekki hvort ég eða þú værir til

he felt in his as if he had been wounded by a divine arrow
honum fannst í sér eins og hann hefði verið særður af guðlegri ör
the arrow pierced his innermost self
örin skarst inn í hann
the injury of the divine arrow tasted sweet
áverka hinnar guðlegu ör bragðaðist sætt
Govinda was enchanted and dissolved in his innermost self
Govinda var töfrandi og uppleyst í sínu innsta sjálfi
he stood still for a little while
hann stóð kyrr litla stund
he bent over Siddhartha's quiet face, which he had just kissed
hann beygði sig yfir hljóðlátt andlit Siddhartha, sem hann hafði bara kysst
the face in which he had just seen the scene of all manifestations
andlitið sem hann hafði nýlega séð vettvang allra birtingamynda
the face of all transformations and all existence
andlit allra umbreytinga og allrar tilveru
the face he was looking at was unchanged
andlitið sem hann horfði á var óbreytt
under its surface, the depth of the thousand folds had closed up again
undir yfirborði þess hafði dýpt þúsundfaldanna aftur lokað sig
he smiled silently, quietly, and softly
hann brosti þegjandi, hljóðlega og mjúklega
perhaps he smiled very benevolently and mockingly
ef til vill brosti hann mjög góðlátlega og háðnislega
precisely this was how the exalted one smiled
einmitt þannig brosti sá upphafni
Deeply, Govinda bowed to Siddhartha
Govinda hneigði sig djúpt fyrir Siddhartha
tears he knew nothing of ran down his old face

tár sem hann vissi ekkert um runnu niður gamla andlitið á honum
his tears burned like a fire of the most intimate love
tár hans brunnu eins og eldur hinnar innilegustu ástar
he felt the humblest veneration in his heart
hann fann fyrir auðmjúkustu virðingu í hjarta sínu
Deeply, he bowed, touching the ground
Hann hneigði sig djúpt og snerti jörðina
he bowed before him who was sitting motionlessly
hann hneigði sig fyrir honum sem sat hreyfingarlaus
his smile reminded him of everything he had ever loved in his life
Brosið minnti hann á allt sem hann hafði elskað á ævinni
his smile reminded him of everything in his life that he found valuable and holy
brosið minnti hann á allt í lífi hans sem honum fannst dýrmætt og heilagt

www.ingramcontent.com/pod-product-compliance
Lightning Source LLC
Chambersburg PA
CBHW012002090526
44590CB00026B/3841